Vaughan Roberts

Bức Tranh Lớn
của Đức Chúa Trời

Truy nguyên chuyện Kinh Thánh

RESOURCE LEADERSHIP INTERNATIONAL - 2014
Phiên Bản Quốc Tế

ISBN (cANADA): 978-0-9939749-9-1

Dành tặng ba mẹ của tôi
với tình yêu thương
và lòng biết ơn sâu sắc.

Lời Cảm Ơn

Tôi biết ơn Clare Heath-Whyte và Matthew Mason vì đã có lời nhận xét về bản thảo, biết ơn Andy Rees và David Heath-Whyte đã giúp đỡ phần biểu đồ, và cám ơn Jonty Frith đã gợi ý tựa đề.

Ký Hiệu Viết Tắt

BNC   Bản Nhuận Chánh

BDM   Bản Dịch Mới

BTTHĐ Bản Truyền Thống Hiệu Đính

BHĐ   Bản Hiện Đại

BPT   Bản Phổ Thông

Mục Lục

Nếu bạn muốn tổ chức khóa học dựa trên tài liệu này, có thể tải tài liệu từ www.ivpbooks.com/resources.

Lời Tựa

"Bạn sẽ chọn những đoạn Kinh Thánh nào nếu bạn muốn soạn loạt bài học Kinh Thánh về chủ đề đền thờ?"

Đó là câu hỏi đơn sơ của một thanh niên tôi vừa mới gặp tại hội nghị dành cho những người hầu việc Chúa tương lai. Tôi sắp vào chủng viện thần học. Trong vòng hai năm, có lẽ tôi sẽ ít gắn bó với Hội thánh, và tôi chưa sẵn sàng cho việc đó. Tôi đã là một Cơ Đốc nhân trung tín trong sáu năm, nhưng kiến thức Kinh Thánh của tôi, đặc biệt là Cựu Ước, thì rất hạn chế — đó là lý do câu hỏi của người bạn mới làm tôi mất tự tin đến thế. Tôi đã nghe nói về đền thờ, nhưng tôi không thật sự biết ý nghĩa của nó, và cũng không biết tìm hiểu thêm về điều này ở đâu trong Kinh Thánh; vì vậy tôi dùng kế hoãn binh: "Còn *bạn* sẽ chọn những đoạn nào?"

Trong mười phút sau đó, tôi được dẫn đi một vòng qua toàn bộ Kinh Thánh khiến đầu óc tôi quay cuồng. Chúng tôi bắt đầu trong vườn Ê-đen, nơi A-đam và Ê-va không cần đền thờ vì Chúa hiện diện khắp mọi nơi; và đi đến công cuộc sáng tạo mới, là thiên đàng, cũng là nơi không có đền thờ "vì Chúa là Đức Chúa Trời Toàn Năng và Chiên Con đều là đền thờ của thành" (Khải 21:22). Suốt chuyến đi, chúng tôi dừng lại tại đền tạm trong đồng vắng; đền thờ tại Giê-ru-sa-lem; những lời tiên tri của Ê-xê-chi-ên về đền thờ mới; Cứu Chúa Giê-xu Christ, Đấng "đóng trại" giữa chúng ta (Giăng 1:14, BNC, theo nghĩa đen); và hội thánh ("một đền thờ thánh trong Chúa", Ê-phê-sô 2:21).

Tôi rất ấn tượng. Dù đã có bằng cử nhân thuộc khoa thần học ở một trường đại học, nhưng tôi vẫn không thể định hướng được con đường tìm hiểu cả Kinh Thánh. Dù tôi đã có bản phân tích chi tiết từng sách và từng phân đoạn, nhưng không ai cho tôi biết chúng khớp với nhau như thế nào. Thế mà, bạn tôi đã có thể thực hiện một hành trình xuyên suốt Kinh Thánh một cách dễ dàng, như thể anh ta đang dùng bản đồ, trong khi tôi không thể. Tôi hỏi anh đã làm như thế nào. Anh nói với tôi về một quyển sách phác thảo những chi tiết chính trong câu chuyện Kinh Thánh từ đầu đến cuối. Đó là quyển *Gospel and Kingdom* của Graeme Goldsworthy.[1] Ngày hôm sau, tôi đã mua quyển sách đó và đọc trong vòng một tuần. Cuối cùng, tôi cũng có tấm bản đồ tôi cần. Tôi vẫn còn rất mù mờ về Kinh Thánh, nhưng đã có được cái khung.

> Mục đích của tôi là cung cấp cho mọi Cơ Đốc nhân, từ tân tín hữu đến tín hữu trưởng thành, một cái nhìn khái quát về Kinh Thánh, để giúp họ thấy các phần trong cả Kinh Thánh khớp với nhau như thế nào.

Ai đã đọc *Gospel and Kingdom* đều sẽ thấy ảnh hưởng của nó trên những trang sách này. Quyển sách này không phải là nỗ lực nhằm hoàn thiện quyển kia. Tôi sử dụng cùng một phương pháp, nhưng với hy vọng thực hiện theo cách đơn giản hơn. Mục đích của tôi là cung cấp cho mọi Cơ Đốc nhân, từ tân tín hữu đến tín hữu trưởng thành, một cái nhìn khái quát về Kinh Thánh, để giúp họ thấy các phần trong cả Kinh Thánh khớp với nhau như thế nào. Tôi hy vọng cuốn sách này sẽ dễ hiểu mà không quá đơn giản. Tôi muốn trao cho các độc giả tấm bản đồ tôi thấy rất hữu ích.

Dàn bài học Kinh Thánh được trình bày ở cuối mỗi chương (và có thêm một bài trong chương 4 khá dài). Những bài này được soạn thảo để sử dụng cho cá nhân hoặc trong nhóm. Bạn sẽ học được nhiều hơn từ những bài học này nếu bạn, hoặc các thành viên trong nhóm, đọc trước các chương (hoặc nửa chương 4 có liên quan).

Tôi biết ơn Richard Coekin, người đầu tiên khích lệ tôi trong công việc này; và Graeme Goldsworthy đã cho tôi tấm bản đồ qua quyển sách của ông. Tài liệu này lúc đầu được chuẩn bị cho các buổi nói chuyện tại St. Ebbe's Church, Oxford, Titus Trust Holidays, Spring Harvest Word Alive và hội nghị FIEC Caister. Tôi học được nhiều từ sự giảng dạy của nhiều tác giả và diễn giả trong lãnh vực này, gồm có Shaun Atkins, F. F. Bruce, Edmund P. Clowney, Jonathan Fletcher, Ian Garret, Phillip Jensen, Walter J. Kaiser, Simon Manchester, Mark Meynell, Alec Motyer, Mike Neville, Alan Purser và Simon Scott. Rất ít ý tưởng hay là ý mới.

---

1. Graeme Goldsworthy, *Gospel and Kingdom* (Exeter: Paternoster, 1981).

Hầu hết các ý tưởng được trình bày xuyên suốt sách này là những ý tưởng được vay mượn từ nhiều nguồn khác nhau. Tôi quên mất mình đã nghe những ý tưởng này lần đầu ở đâu. Tôi cám ơn bạn nếu bạn nhận ra ý tưởng nào đó của bạn trong cuốn sách này!

Vaughan Roberts

Lời Giới Thiệu

Kinh Thánh là một quyển sách

Thiếu hiểu biết về Kinh Thánh

Một viên thanh tra cảnh sát đến thăm một trường tiểu học. Tại đây, ông được yêu cầu dạy một lớp học Kinh Thánh. Ông bắt đầu với câu hỏi "Ai đã phá đổ tường thành Giê-ri-cô?"

Một khoảng lặng khá lâu. Bọn trẻ bối rối, lo lắng. Cuối cùng, một cậu bé giơ tay lên nói: "Thưa ông, con tên Bruce Jones. Con không biết ai đã làm chuyện đó nhưng không phải con ạ".

Viên cảnh sát nghĩ đó là câu trả lời xấc láo nên đã báo cáo sự việc với vị hiệu trưởng. Sau một hồi im lặng, vị hiệu trưởng trả lời: "Tôi biết Bruce Jones; đó là một đứa bé trung thực. Nếu bé nói không phải thì chắc chắn là bé không làm".

Viên thanh tra tức điên lên. Vị hiệu trưởng hoặc là khiếm nhã hoặc là rất thiếu hiểu biết. Viên thanh tra bèn viết thư than phiền gửi lên Bộ Giáo dục, và ông nhận được hồi đáp như sau: "Thưa Ngài, chúng tôi rất tiếc khi nghe tin về bức tường Giê-ri-cô và không ai nhận đã gây ra tổn thất đó. Nếu ngài gửi bảng ước lượng phí tổn, chúng tôi sẽ xem xét".

Đây là một câu chuyện ngớ ngẩn và có lẽ không có thật, nhưng nó cũng nói lên điều gì đó. Cách đây vài thập kỷ, mọi người đều biết đến Giô-suê và bức tường Giê-ri-cô. Phần lớn trẻ con đi học Trường Chúa nhật, số còn lại vẫn nhận được kiến thức căn bản về những câu chuyện Kinh Thánh chính trong lớp học. Nhưng những ngày tháng đó đã qua rồi. Mới đây tôi nhắc đến câu chuyện người con trai hoang đàng với một sinh viên đại học Oxford. Anh ta ngây người nhìn tôi. Một người chưa tin Chúa bình thường hầu như hoàn toàn không biết gì về nội dung Kinh Thánh. Nhưng Kinh Thánh vẫn là quyển sách bán chạy nhất trên thế giới; một triệu hai trăm năm mươi ngàn bản được bán ra mỗi năm tại Liên Hiệp Vương Quốc Anh. Mặc dù nhiều người có Kinh Thánh để trên kệ, nhưng rất ít người từng đọc Kinh Thánh.

Hiểu biết của Cơ Đốc nhân thường không khá hơn nhiều. Chúng ta đều có những phân đoạn Kinh Thánh mình yêu thích, nhưng phần lớn Kinh Thánh đều là khu vực chưa được thăm dò, nhất là Cựu Ước. Thành thật mà nói, đôi khi chúng ta thấy Kinh Thánh lỗi thời và hơi phi Cơ Đốc. Các quy định về ăn uống, các sinh tế và đền thờ có liên quan gì đến Chúa Giê-xu Christ? Còn hành trình ra khỏi Ai Cập, Đa-vít và Gô-li-át, và Đa-ni-ên trong hang sư tử thì sao? Chúng đều là những câu chuyện hay, nhưng chúng có liên quan gì đến chúng ta ngày hôm nay? Tôi hy vọng cuốn sách này sẽ giúp bạn trả lời những câu hỏi đó cho chính mình. Mục tiêu của sách là giúp Cơ Đốc nhân tìm ra những ý đó trong Kinh Thánh và xem tất cả gắn kết với nhau ra sao và đưa chúng ta đến với Chúa Giê-xu như thế nào.

Một bộ sưu tập đa dạng các tác phẩm

Kinh Thánh là một bộ sưu tập đa dạng các tác phẩm khác nhau. Kinh Thánh bao gồm sáu mươi sáu sách, được viết bởi khoảng bốn mươi tác giả là con người suốt gần 2000 năm. Kinh Thánh có hai phần chính (Cựu Ước và Tân Ước) được viết bằng hai ngôn ngữ chính (Hê-bơ-rơ và Hy Lạp theo thứ tự), và gồm nhiều thể loại văn chương khác nhau.

Hình 1. Cựu Ước (Kinh Thánh Anh ngữ)

Lịch sử	Thơ ca	Tiên tri
(Sáng Thế Ký đến Ê-xơ-tê)	(Gióp đến Nhã ca)	(Ê-sai đến Ma-la-chi)

Trong Kinh Thánh Anh ngữ, ba mươi chín sách của Cựu Ước được sắp xếp như trong Hình 1, theo thứ tự trong bản Kinh Thánh tiếng Hy Lạp, dịch từ Kinh Thánh tiếng Hê-bơ-rơ, tức bản Bảy Mươi, được thực hiện vào thế kỷ thứ ba TC. Bản Kinh Thánh nguyên thuỷ tiếng Hê-bơ-rơ sắp xếp các sách theo thứ tự khác, như được liệt kê trong Hình 2.

Hình 2. Cựu Ước (Kinh Thánh Hê-bơ-rơ)

Luật pháp	Tiên tri	Các tác phẩm văn chương
Sáng Thế Ký đến Phục Truyền Luật Lệ Ký	*Các tiên tri trước* (các sách lịch sử Giô-suê đến 2 Vua) *Các tiên tri về sau* (Ê-sai đến Ma-la-chi)	Thi Thiên, văn chương khôn ngoan lịch sử lưu đày và sau đó

Tân Ước gồm hai mươi bảy sách, tất cả được viết vào thế kỷ thứ nhất SC. Các sách Phúc Âm là bốn bản ký thuật về sự giáng sinh, cuộc đời, sự dạy dỗ, sự chết và sự sống lại của Chúa Giê-xu. Sách Công Vụ Các Sứ Đồ - Lu-ca viết như phần nối tiếp cho Phúc Âm của mình - ghi lại việc lan truyền tin tốt lành về Chúa Giê-xu sau khi Ngài về trời. Các thư tín là những bức thư được viết chủ yếu bởi những người được Đấng Christ chọn làm sứ đồ. Đức Thánh Linh bày tỏ cho họ mọi lẽ thật về Đấng Christ để họ có thể dạy cách đầy đủ về ý nghĩa và các hàm ý của sự cứu rỗi. Phao-lô viết hầu hết các thư tín (Rô-ma đến Phi-lê-môn), nhưng Tân Ước cũng bao gồm các thư tín của Phi-e-rơ, Giăng, Gia-cơ (em Chúa Giê-xu) và Giu-đe. Không ai biết tác giả thư tín gửi cho người Hê-bơ-rơ. Như vậy, chỉ còn sách cuối của Kinh Thánh: Khải Huyền. Sách mô tả khải tượng được ban cho Giăng về những thực tế thuộc linh thường bị che giấu. (Xem Hình 3).

Hình 3. Tân Ước

Các sách Phúc Âm	Ma-thi-ơ, Mác, Lu-ca, Giăng
Công Vụ Các Sứ Đồ	Lịch sử về sự lan truyền phúc âm vào thế kỷ thứ nhất của Lu-ca
Các Thư Tín	Rô-ma đến Giu-đe (hầu hết do sứ đồ Phao-lô viết)
Khải Huyền	Khải tượng của Giăng đến từ Đức Chúa Trời

Một Tác Giả

Mặc dù Kinh Thánh chứa đựng một tài liệu vô cùng đa dạng, được viết bởi nhiều tác giả là con người suốt một khoảng thời gian dài, nhưng Kinh Thánh gắn kết với nhau như một thể thống nhất. Về cơ bản, Kinh Thánh chỉ là một quyển sách được viết bởi một tác giả với một chủ đề chính. Vì những chân lý này nằm dưới mọi điều được viết ra trong phần còn lại của *Bức Tranh Lớn của Đức Chúa Trời*, nên điều quan trọng là chúng ta phải hiểu những chân lý đó trước khi tiếp tục.

Sứ đồ Phao-lô viết "Cả Kinh Thánh đều được Đức Chúa Trời thần cảm (2 Ti-mô-thê 3:16, BDM). Phần lớn Tân Ước lúc bấy giờ chưa được viết, vì vậy ông đang nói đến cái mà chúng ta gọi là Cựu Ước. Nhưng các tác giả Tân Ước cũng khẳng định tương tự về điều họ viết. Họ tin chắc rằng sự dạy dỗ của họ cũng chính là Lời Đức Chúa Trời (ví dụ 1 Cô 14:37; 1 Tê 2:13; 2 Phi 3:16).

Tín đồ Hồi giáo được dạy rằng Muhammad không có vai trò sáng tạo trong việc hình thành kinh thánh của họ. Ông ta chỉ là một thư ký ghi lại những điều Allah đọc cho ông qua thiên thần Gabriel. Họ sẽ cảm thấy bị xúc phạm khi nói rằng Qur'an chỉ là một quyển sách của con người. Còn Cơ Đốc nhân không phải lo ngại việc thừa nhận Kinh Thánh được viết bởi con người. Các sách trong Kinh Thánh được viết bởi nhiều tác giả vào các thời điểm khác nhau trong lịch sử, mang dấu ấn của những nhân vật và của thời đại đó. Nhưng qua Đức Thánh Linh, Đức Chúa Trời bảo đảm rằng mọi điều họ viết chính là điều Ngài muốn họ viết. Như Chúa Cứu Thế Giê-xu vừa là con người trọn vẹn, vừa là thần linh trọn vẹn thể nào, thì Kinh Thánh cũng vừa là quyển sách của con người, vừa là sách thánh thể ấy. Đó là Lời của Đức Chúa Trời: Ngài là tác giả tối hậu.

Một chủ đề

Kinh Thánh rõ ràng bao gồm rất nhiều lĩnh vực. Nhưng có một chủ đề lớn nhất kết hợp tất cả lại với nhau: Đức Chúa Giê-xu Christ và sự cứu rỗi Đức Chúa Trời ban cho con người qua Ngài. Điều này không chỉ đúng trong Tân Ước mà cả trong Cựu Ước nữa. Khi nói về Cựu Ước, Chúa Giê-xu phán: "Ấy là Kinh Thánh làm chứng về ta vậy" (Giăng 5:39). Sau khi sống lại từ kẻ chết, Ngài gặp hai môn đồ trên đường Em-ma-út và hướng dẫn họ học Kinh Thánh. Thật là một đặc ân dành cho họ! "Rồi bắt đầu từ Môi-se và qua tất cả các tiên tri Ngài giải nghĩa những điều về Ngài trong cả Kinh Thánh cho họ" (Lu-ca 24:27, BDM). Sau đó không lâu, Ngài gặp các môn đồ và nói: "Ấy đó là điều mà khi Ta còn ở với các ngươi, ta bảo các ngươi rằng mọi sự đã chép về Ta trong luật pháp Môi-se, các sách Tiên Tri, cùng các Thi Thiên phải được ứng nghiệm" (Lu-ca 24:44). Ngài nói đến ba phần chính của Kinh Thánh Hê-bơ-rơ (Các Tác phẩm đôi khi được gọi là "các Thi Thiên", vì Thi Thiên chiếm đa số). Sứ đồ Phao-lô cũng tin rằng Kinh Thánh Cựu Ước chỉ về Chúa Giê-xu. Ông nói về "Kinh Thánh [Cựu Ước] vốn có thể khiến con khôn ngoan để được cứu bởi đức tin trong Đức Chúa Giê-xu Christ" (2 Ti-mô-thê 3:15).

Hình 4. Kế hoạch của Đức Chúa Trời

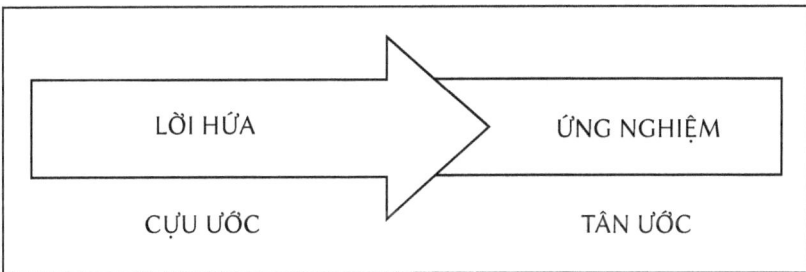

LỜI HỨA   ỨNG NGHIỆM

CỰU ƯỚC   TÂN ƯỚC

Nhiều Cơ Đốc nhân có ý nghĩ rằng Đức Chúa Trời chỉ quyết định sai Chúa Giê-xu đến thế gian sau khi kế hoạch đầu tiên của Ngài thất bại; ý định ban đầu của Ngài (Kế Hoạch A) là cho con người cơ hội trở thành dân sự của Ngài qua việc vâng theo luật pháp. Nhưng con người đã không làm được, vì vậy Ngài suy nghĩ và nảy ra một kế hoạch khác (Kế Hoạch B): cứu con người bởi ân sủng qua sự chết của Chúa Giê-xu. Không hề như vậy. Đức Chúa Trời vẫn có kế hoạch ban Chúa Giê-xu từ trước. Cả Kinh Thánh chỉ về Ngài từ đầu đến cuối. Trong Cựu Ước, Đức Chúa Trời hướng về Ngài và ban lời hứa về sự trở lại của Ngài trong tương lai. Trong Tân Ước, Đức Chúa Trời tuyên bố Ngài là Đấng làm ứng nghiệm mọi lời hứa này (Hình 4).

Không phải quyển sách của những trích dẫn

Việc Kinh Thánh là một quyển sách phải có những hàm ý quan trọng về cách chúng ta đọc Kinh Thánh. Cách bạn đọc một quyển sách tuỳ thuộc vào việc bạn nghĩ cuốn sách đó thuộc thể loại nào. Vì thế, ví dụ chúng ta không đọc vở kịch của Shakespeare như cách chúng ta đọc niên giám điện thoại, hay đọc cuốn tiểu thuyết theo cách chúng ta đọc một quyển các lời trích dẫn. Tôi vừa mở đại ra một trang trong quyển sách các lời trích dẫn chính trị và đọc lời nhận xét của Winston Churchill về Thống Chế Montgomery: "Khi thua không thừa nhận, khi thắng thì khoa trương (In defeat unbeatable, in victory unbearable)". Người biên soạn cuốn sách đó không mong đợi tôi đọc những câu này trong ngữ cảnh. Tôi không phải đọc các lời trích dẫn nằm ngay trước hay sau câu này. Mỗi câu nói trong quyển sách đứng một mình.

Tiểu thuyết thì lại khác hẳn. Mỗi câu phải được hiểu trong ánh sáng của toàn bộ tiểu thuyết. Lật ngẫu nhiên một trang trong tác phẩm *Cái Xác Trong Thư Viện* (*The Body in the Library*) của Agatha Christie, tôi gặp câu: "Liều mọi thứ—đó là phương châm của tôi! Vâng, thật may mắn cho tôi khi có người siết cổ đứa bé tội nghiệp đó". Tôi thấy bối rối. Ai đang nói? Ai bị siết cổ? Nếu muốn hiểu câu chuyện này, tôi cần biết điều gì đã xảy ra trước đó và điều gì xảy ra sau đó.

Kinh Thánh cũng vậy. Ngoại trừ một số đoạn trong sách Châm Ngôn, Kinh Thánh không có những câu nói tách biệt. Tôi cần thận trọng việc xem lướt qua Kinh Thánh cách ngẫu nhiên rồi lấy ra những câu riêng lẻ mà không quan tâm đến ngữ cảnh. Nếu đọc như vậy, chắc chắn tôi sẽ hiểu sai Kinh Thánh. Mỗi câu cần được hiểu trong ngữ cảnh của đoạn, và mỗi đoạn phải được hiểu dưới ánh sáng của toàn bộ sách đó. Có một ngữ cảnh rộng hơn mà chúng ta cũng phải xét đến: đó là toàn bộ Kinh Thánh.

Không phải bộ sưu tập các quyển sách

Tôi có bộ sưu tập tiểu thuyết của Hermann Hesse. Mỗi tiểu thuyết là một quyển sách riêng lẻ có thể được đọc và hiểu cách độc lập với các quyển khác; chúng chỉ ngẫu nhiên được đóng lại trong cùng một bìa mà thôi. Nhiều người đọc Kinh Thánh theo cách đó: một bộ sưu tập những quyển sách độc lập có thể được đọc mà không liên quan gì đến các quyển khác. Đó là cách tôi được dạy về Kinh Thánh trong Đại học. Chúng tôi tìm kiếm sứ điệp của Ê-xê-chi-ên, Giô-na hay Giăng mà không xem xét những kinh sách này đóng góp vào và khớp với toàn bộ sứ điệp Kinh Thánh như thế nào. Có một sự phân cách lớn giữa Cựu Ước và Tân Ước. Tôi bị phê bình khi đề cập Chúa Giê-xu trong câu trả lời cho câu hỏi "Ai là đầy tớ trong lời tiên tri của Ê-sai?" Chúng ta chán nản khi đọc Kinh Thánh vì tự thân Kinh Thánh đòi hỏi chúng ta phải đọc: như một quyển sách trình bày câu chuyện hé mở về kế hoạch của Đức Chúa Trời cứu rỗi thế gian qua con Ngài là Chúa Giê-xu. Nếu chúng ta muốn hiểu chính xác bất cứ phần nào của Kinh Thánh, chúng ta phải xem phần đó khớp với kế hoạch vĩ đại ở chỗ nào và đóng góp vào kế hoạch đó ra sao.

Một quyển sách

Các con của Andy là những đứa trẻ mê đọc sách. Anh vừa mới mua cho Matt cuốn truyện trinh thám mới nhất của Agatha Christie. Lizzie tuyên bố cô bé cũng muốn đọc. Hiệu sách đã bán hết, mà Lizzie không chịu đọc cuốn nào khác, cô bé cũng không chịu đợi anh mình đọc xong. Thất vọng, Andy lấy cuốn truyện xé làm hai, rồi đưa cho mỗi đứa một nửa. Cả hai nhanh chóng chán nản. Matt nhận ra Đại Tá Bufton-Tufton bị giết bằng cây nến trong phòng chơi bi-da, nhưng phần truyện cậu có trong tay kết thúc trước khi cậu tìm ra thủ phạm. Lizzy thì đọc "người quản gia đã làm", nhưng cô bé không biết ông ta đã làm gì.

Không ai dại dột mà đem chia cuốn truyện trinh thám của Agatha Christie ra như vậy. Cả hai phần phải được đọc cùng với nhau; nếu không, chúng sẽ không có ý nghĩa gì. Kinh Thánh cũng vậy. Chỉ một mình Cựu Ước là một câu chuyện chưa kết thúc; là lời hứa chưa được thực hiện. Chúng ta phải đọc tiếp Tân Ước nếu muốn biết điều đó thật sự có ý nghĩa gì. Và Tân Ước thường xuyên nhìn lại lời hứa mà nó ứng nghiệm. Chúng ta sẽ không hiểu nhiều về điều này nếu không biết điều xảy ra trước đó. Chúa Giê-xu là Đấng Christ, là con chiên của Lễ Vượt Qua, là con của Áp-ra-ham và Đa-vít, là cây nho thật hay là người chăn hiền lành có nghĩa là gì?[1] Tất cả các câu trả lời được tìm thấy trong Cựu Ước. Kinh Thánh phải được hiểu và đọc như một quyển sách của một tác giả tối hậu là Đức Chúa Trời, và một chủ đề cơ bản là kế hoạch cứu rỗi của Đức Chúa Trời qua Chúa Giê-xu, Con Ngài.

Tôi được nghe kể rằng khi những người lính của lực lượng không quân đặc nhiệm nhảy dù xuống một khu vực lạ, họ được huấn luyện phải dừng lại trước khi nhảy. Trước tiên, họ phải xác định vị trí, rồi sau đó nhắm đích mà nhảy. Đó cũng là lời khuyên khôn ngoan cho chúng ta khi đọc Kinh Thánh. Mục đích của tôi trong quyển sách này là cho bạn một cái nhìn khái quát về cốt truyện chính của Kinh Thánh. Quyển sách sẽ không khiến bạn trở thành chuyên gia về mọi chi tiết trong Kinh Thánh, nhưng tôi hy vọng nó sẽ giúp bạn có thể xác định vị trí khi bạn đáp xuống bất kỳ phần nào trong Kinh Thánh. Khi đọc hết Kinh Thánh, bạn sẽ có một dàn ý về câu chuyện Kinh Thánh trong đầu để, dù bạn đang đọc phần nào, bạn cũng biết mình đã đọc đến đâu và mình đang đi đâu. Điều đó sẽ giúp bạn khám phá từng phần Kinh Thánh chỉ về Chúa Giê-xu và sự cứu rỗi Ngài đã hoàn tất như thế nào.

Vương Quốc Đức Chúa Trời

Nhiều năm qua, các học giả bàn cãi về việc có thể chỉ ra một chủ đề hợp nhất kết nối toàn bộ Kinh Thánh hay không. Nhiều người lập luận rằng tìm kiếm một chủ đề như thế là vô ích: tốt hơn là chỉ nên chấp nhận rằng Kinh Thánh bao gồm nhiều mạch khác nhau, rồi xem xét từng phần riêng lẻ chứ không cố kết hợp lại với nhau. Họ cảnh báo mối nguy hiểm của việc nhét tất cả các phần Kinh Thánh vào một khuôn thay vì để từng phần tự lên tiếng theo cách phong phú đa dạng của nó. Đó là một lời cảnh báo quan trọng cần phải lắng nghe. Bất kỳ chủ đề

1. Mác 1:1; 1 Cô-rinh-tô 5:7; Ma-thi-ơ 1:1; Giăng 15:1, 10:11.

hợp nhất nào được sử dụng để giúp chúng ta nhìn thấy Kinh Thánh khớp với nhau ra sao phải ra từ chính Kinh Thánh, chứ không phải bị áp đặt; và chủ đề đó phải rộng đủ để tạo sự đóng góp riêng biệt của từng phần. Chủ đề vương quốc Đức Chúa Trời đáp ứng cả hai điều kiện này.

Vương quốc Đức Chúa Trời là chủ đề chủ đạo trong sự dạy dỗ của Chúa Giê-xu. Ngài bắt đầu chức vụ công khai bằng lời tuyên bố: "Giờ đã điểm... nước Đức Chúa Trời đã đến gần" (Mác 1:15, BDM). Ngài dạy rằng sứ mạng của Ngài là giới thiệu vương quốc để làm ứng nghiệm các lời tiên tri trong Cựu Ước. Mặc dù cụm từ "vương quốc Đức Chúa Trời" không xuất hiện trong Cựu Ước, nhưng khái niệm này thì chắc chắn có. Trong quyển *Phúc Âm và Vương Quốc* (*Gospel and Kingdom*), Graeme Goldsworthy trình bày một cách hữu ích rằng vương quốc Đức Chúa Trời là chủ đề chung của toàn bộ Kinh Thánh. Tôi cũng đi theo quan điểm đó trong quyển sách này. "Phương pháp vương quốc" không phải là cách nghiên cứu duy nhất nội dung Kinh Thánh. Những người khác thích "phương pháp giao ước" và xem giao ước của Đức Chúa Trời là trọng tâm. Tôi hy vọng quý độc giả sẽ thấy rõ hai phương pháp này không đối nghịch nhau. Lời hứa về giao ước của Đức Chúa Trời là lời hứa về vương quốc.

Hình 5. Vương quốc Đức Chúa Trời

Vương quốc Đức Chúa Trời:
Dân sự của Chúa
ở trong chỗ của Chúa,
dưới quyền cai trị và phước hạnh của Chúa.

Goldsworthy định nghĩa vương quốc là "dân sự của Chúa ở trong chỗ của Chúa dưới quyền cai trị của Chúa" (Hình 5).[2] Nghe có vẻ như một định nghĩa quá đơn giản cho một chủ đề quan trọng như vậy trong Kinh Thánh, nhưng từ ngữ đơn giản lại chứa đựng ý nghĩa rất sâu sắc. Đức Chúa Trời ao ước con người tận hưởng mối liên hệ thân mật với Ngài trong sự hiện diện của Ngài. Vì Ngài là Đức Chúa Trời thánh khiết, trọn vẹn, nên điều đó chỉ có thể có được khi chúng ta thuận phục dưới

---

2. *Gospel and Kingdom*, tr. 47.

quyền cai trị đầy yêu thương của Ngài và không phạm tội. Đó là cuộc sống trong điều kiện tốt nhất; một cuộc sống như đã được định cho con người.

Sống dưới quyền cai trị của Chúa nghĩa là tận hưởng phước hạnh của Ngài; hai điều này đi chung với nhau. Đó là những gì chúng ta thấy trong buổi sáng tạo tại vườn Ê-đen cho đến khi có sự sa ngã. Nhưng rồi sau đó loài người không vâng phục Chúa nên từ bỏ phước hạnh của Ngài. Hậu quả gây tổn hại không chỉ cho loài người mà cho toàn công cuộc sáng tạo; mọi thứ đều hư hoại. Nhưng trong tình yêu thương lớn của Đức Chúa Trời, Ngài hứa phục hồi mọi thứ và tái lập vương quốc của Ngài trên đất. Phần còn lại của Kinh Thánh kể cho chúng ta câu chuyện về sự ứng nghiệm lời hứa đó: hoàn thành một phần trong lịch sử của Y-sơ-ra-ên trong thời Cựu Ước, và hoàn thành hoàn toàn qua Chúa Giê-xu Christ. Vì vậy Kinh Thánh nói về kế hoạch cứu rỗi của Đức Chúa Trời: lời hứa khôi phục nước Trời, kế đến là hoàn tất lời hứa qua Chúa Giê-xu Con Ngài.

Tổng Quan Kinh Thánh

Khi tôi học văn chương Anh ở trường, tôi thấy vô cùng ích lợi khi mua quyển sách hướng dẫn học cho những cuốn sách tôi đang đọc. Trong sách luôn có bản tóm tắt các phần chính, tóm lược cả quyển sách dài chỉ trong một hay hai trang (Xem Hình 6). Tôi chia Kinh Thánh thành tám phần, là các thời đại chính trong kế hoạch phục hồi vương quốc mà Chúa bày tỏ. Những tên tôi đặt cho các phần này là đề mục của các chương trong phần còn lại của sách. Xin miễn thứ cho tôi vì sự lặp lại từ ngữ dẫn đến việc có một hay hai tiêu đề hơi yếu. Tôi đã cố gắng để giúp quý vị dễ thuộc chúng.

Hình 6. Tổng quan Kinh Thánh

Cựu Ước

1. Kiểu mẫu của vương quốc

2. Vương quốc bị phá hủy

3. Vương quốc được hứa

4. Vương quốc chưa trọn vẹn

5. Vương quốc được tiên tri

Tân Ước

6. Vương quốc hiện tại

7. Vương quốc được công bố

8. Vương quốc hoàn hảo

Cựu Ước

1. *Kiểu mẫu của vương quốc.* Trong vườn Ê-đen, chúng ta nhìn thấy một thế giới Đức Chúa Trời muốn tạo dựng. Dân sự của Chúa, A-đam và Ê-va, sống tại Ê-đen, chỗ của Đức Chúa Trời, dưới quyền cai trị của Ngài khi họ thuận phục Ngài. Và ở dưới quyền cai trị của Chúa trong Kinh Thánh là luôn tận hưởng phước hạnh của Ngài; đó là cách sống tốt nhất. Công trình sáng tạo ban đầu của Chúa cho chúng ta thấy kiểu mẫu của vương quốc mà Ngài muốn thiết lập.

2. *Vương quốc bị phá hủy.* Điều đáng buồn là A-đam và Ê-va nghĩ rằng cuộc sống sẽ tốt đẹp hơn nếu họ sống độc lập khỏi Chúa. Hậu quả thật tai hại. Họ không còn là dân sự của Đức Chúa Trời nữa. Họ xây bỏ Ngài và Ngài cũng quay lưng với họ. Họ không còn ở trong chỗ của Chúa; Ngài trục xuất họ khỏi vườn. Họ không còn ở dưới quyền cai trị của Chúa, vì vậy họ không còn tận hưởng phước hạnh của Ngài. Ngược lại, họ đối diện với sự rủa sả và ở dưới sự đoán phạt của Ngài. Tình hình rất u ám. Nhưng với tình yêu thương lớn, Đức Chúa Trời đã quyết tâm phục hồi vương quốc.

3. *Vương quốc được hứa*. Đức Chúa Trời kêu gọi Áp-ra-ham và cho ông một số lời hứa vô điều kiện: qua con cháu của Áp-ra-ham, Ngài sẽ tái lập vương quốc của Ngài. Họ sẽ là con dân của Ngài, sống trong đất của Ngài và vui hưởng phước hạnh của Ngài. Lời hứa đó là Phúc Âm. Lời hứa được hoàn tất một phần trong lịch sử Y-sơ-ra-ên, nhưng nó chỉ được hoàn tất trọn vẹn qua Chúa Giê-xu Christ.

4. *Vương quốc chưa trọn vẹn*. Kinh Thánh ghi lại cách thức lời hứa của Đức Chúa Trời với Áp-ra-ham được hoàn thành một phần trong lịch sử của Y-sơ-ra-ên. Qua sự kiện ra khỏi Ai Cập, Đức Chúa Trời khiến con cháu Áp-ra-ham trở thành dân sự của chính Ngài. Tại núi Si-nai, Chúa ban cho họ luật pháp để họ sống dưới quyền cai trị và tận hưởng phước lành của Ngài, như A-đam và Ê-va đã làm trước khi phạm tội. Phước hạnh được thể hiện chủ yếu bởi sự hiện diện của Chúa giữa dân sự Ngài trong đền tạm. Dưới thời Giô-suê, họ vào đất hứa, và đến thời Đa-vít và Sa-lô-môn, họ tận hưởng bình an và thịnh vượng ở đó. Đó là đỉnh cao trong lịch sử Y-sơ-ra-ên. Họ là dân sự của Đức Chúa Trời ở trong chỗ của Đức Chúa Trời, tức xứ Ca-na-an, dưới sự cai trị của Ngài và vì vậy, họ tận hưởng phước hạnh của Ngài. Nhưng những lời hứa với Áp-ra-ham vẫn chưa được ứng nghiệm một cách đầy đủ. Vấn đề là do tội lỗi, sự bất tuân liên tục của dân Y-sơ-ra-ên. Điều đó mau chóng dẫn đến sự phá hủy vương quốc chưa trọn vẹn khi Y-sơ-ra-ên tan rã.

5. *Vương quốc được tiên tri*. Sau khi vua Sa-lô-môn qua đời, nội chiến xảy ra và vương quốc Y-sơ-ra-ên chia làm hai: Y-sơ-ra-ên phía bắc, Giu-đa phía nam. Cả hai vương quốc đều yếu. Sau 200 năm tồn tại riêng lẻ, vương quốc Y-sơ-ra-ên phía bắc bị A-sy-ri tiêu diệt. Vương quốc phía nam tồn tại thêm một thế kỷ nữa, nhưng rồi cũng bị chinh phục và dân chúng bị bắt đi lưu đày qua Ba-by-lôn. Trong suốt giai đoạn lịch sử đau buồn, Đức Chúa Trời đã phán với dân Y-sơ-ra-ên và Giu-đa qua một số tiên tri. Ngài giải thích rằng họ đang bị trừng phạt vì tội lỗi của họ nhưng Ngài vẫn ban cho niềm hy vọng trong tương lai. Các tiên tri hướng đến thời kỳ khi Đức Chúa Trời hành động cách dứt khoát qua vị Vua của Ngài là Đấng Mê-si-a, để hoàn thành mọi lời hứa của Ngài. Dân Giu-đa ắt hẳn nghĩ rằng thời kỳ đó đã đến khi họ được quay về từ chốn lưu đày, nhưng Đức Chúa Trời nói rõ rằng thời kỳ cứu rỗi lớn

vẫn còn ở phía trước. Đó là lúc Cựu Ước kết thúc: chờ đợi Vua của Đức Chúa Trời xuất hiện để giới thiệu vương quốc của Ngài

Tân Ước

6. *Vương quốc hiện tại.* Bốn trăm năm đã trôi qua sau khi kết thúc Cựu Ước trước khi Chúa Giê-xu bắt đầu chức vụ công khai bằng câu: "Giờ đã điểm... nước Đức Chúa Trời đã đến gần" (Mác 1:15, BDM). Thời gian chờ đợi đã hết; vua của Đức Chúa Trời đã đến để thiết lập vương quốc Đức Chúa Trời. Cuộc đời, sự dạy dỗ và các phép lạ đều chứng tỏ rằng Ngài là Đấng như Ngài đã nói: chính Đức Chúa Trời trong hình thể con người. Ngài có quyền năng để sửa sai mọi thứ, và Ngài đã chọn một phương cách đáng kinh ngạc để làm điều đó: chết cách yếu đuối trên cây thập tự. Chính nhờ sự chết của Ngài mà Chúa Giê-xu đã giải quyết vấn đề tội lỗi và làm cho con người có thể quay lại trong mối tương giao với Cha Ngài. Sự sống lại chứng tỏ thành công của Chúa Giê-xu trong sứ mạng giải cứu trên thập tự giá và loan báo niềm hy vọng cho thế giới chúng ta. Những ai đặt lòng tin nơi Đấng Christ có thể mong chờ sự sống đời đời với Ngài.

7. *Vương quốc được công bố.* Qua sự chết và sự sống lại, Chúa Giê-xu đã làm tất cả những gì cần thiết để đem mọi thứ tốt đẹp trở lại và phục hồi vương quốc của Đức Chúa Trời. Nhưng Ngài chưa hoàn tất công việc khi ở trên đất này lần đầu tiên. Ngài về trời và nói rõ rằng sẽ có sự trì hoãn trước khi Ngài trở lại. Sự trì hoãn là để có thêm nhiều người nghe tin tức tốt lành của Đấng Christ để tin Ngài và sẵn sàng chờ Ngài trở lại. Chúng ta sống trong thời kỳ này, mà Kinh Thánh gọi là "những ngày cuối cùng". Thời kỳ bắt đầu vào Ngày Lễ Ngũ Tuần khi Chúa ban Thánh Linh nhằm trang bị cho hội thánh để nói về Đấng Christ cho cả thế giới.

8. *Vương quốc hoàn hảo.* Một ngày kia Đấng Christ sẽ trở lại. Sẽ có sự phân hóa lớn. Kẻ thù sẽ bị phân cách khỏi sự hiện diện của Ngài trong hỏa ngục, còn dân sự Ngài sẽ ở với Ngài trong sự sáng tạo mới hoàn hảo. Cuối cùng, các lời hứa Phúc Âm sẽ được ứng nghiệm hoàn toàn. Sách Khải Huyền mô tả một vương quốc được khôi phục hoàn toàn: dân sự Đức Chúa Trời tức các Cơ Đốc nhân từ mọi quốc gia, ở

trong chỗ của Chúa là công cuộc sáng tạo mới (thiên đàng), dưới quyền cai trị của Chúa và vì thế tận hưởng phước hạnh của Ngài. Không gì có thể phá hỏng kết thúc có hậu này. Đây không phải câu chuyện thần tiên; từ đó họ sẽ thật sự sống hạnh phúc mãi mãi.

Chương 1

Kiểu mẫu của vương quốc

Sáng Thế Ký 1–2, hai chương đầu tiên của Kinh Thánh, cho chúng ta thấy công trình sáng tạo hoàn hảo ban đầu của Đức Chúa Trời, ảnh tượng về một thế giới Đức Chúa Trời muốn tạo dựng ra làm sao. Tôi muốn chúng ta lưu ý bốn lẽ thật quan trọng về sự sáng tạo.

1. Đức Chúa Trời là tác giả của sự sáng tạo

Kinh Thánh bắt đầu bằng lời tuyên bố "Ban đầu, Đức Chúa Trời dựng nên trời đất" (Sáng Thế Ký 1:1). Chỉ một mình Ngài là vĩnh cửu. Chưa hề có lúc nào mà Đức Chúa Trời, ba trong một, không hiện hữu. Chúa Giê-xu nhập thể mang hình hài con người chỉ khi Ngài được sanh ra trong máng cỏ tại Bết-lê-hem; nhưng đó không phải lúc Ngài bắt đầu hiện hữu. Đức Chúa Trời luôn luôn là Chúa Ba Ngôi: Cha, Con và Đức Thánh Linh. Ngài đã hiện hữu trước bất cứ một điều gì khác. Rồi Ngài chỉ phán thì vũ trụ hiện hữu từ con số không. Việc Ngài hoàn tất công việc trong sáu ngày với hai mươi bốn tiếng mỗi ngày theo nghĩa đen, hay Ngài hoàn tất trong một khoảng thời gian dài không thật sự quan trọng (có nhiều ý kiến khác nhau giữa vòng Cơ Đốc nhân về cách chúng ta giải thích Sáng Thế Ký 1). Điều quan trọng là sự kiện Đức Chúa Trời là Đấng tạo dựng tất cả.

Đức Chúa Cha đã khởi xướng. Sáng Thế Ký cho chúng ta biết Thánh Linh cũng có tham gia: "Thần của Đức Chúa Trời vận hành trên mặt nước" (1:2). Còn Tân Ước dạy rằng Chúa Giê-xu, Con Đức Chúa Trời, là tác nhân của Chúa Cha trong sự sáng tạo: "Muôn vật bởi Ngài làm nên, chẳng vật chi đã làm nên mà không bởi Ngài" (Giăng 1:3); "tất cả đều được dựng nên bởi Ngài và cho Ngài" (Cô-lô-se 1:16, BDM).

Kinh Thánh nhấn mạnh rằng Đức Chúa Trời hài lòng với những gì Ngài tạo dựng. Sau mỗi ngày tạo dựng, trừ hai ngày đầu tiên, Kinh Thánh cho chúng ta biết "Đức Chúa Trời thấy điều đó là tốt lành", và khi Ngài hoàn tất công việc (tác giả Sáng Thế Ký nhận xét) "Đức Chúa Trời thấy các việc Ngài đã làm thật rất tốt lành" (1:31).

Thái độ như vậy đối với thế giới vật chất rất khác với thái độ của nhiều triết lý và tôn giáo chỉ thật sự quan tâm đến tâm linh và linh hồn. Mọi điều khác, may mắn lắm, thì được xem là quan trọng thứ nhì, còn tệ nhất thì được cho là điều xấu. Hiểu biết của họ về sự cứu rỗi là linh hồn được giải thoát khỏi ngục tù của thân xác để gia nhập vào thế giới phi vật chất Đức Chúa Trời đang sống. Nhưng không có chỗ nào trong Kinh Thánh nói đến những quan điểm như thế cả. Kinh Thánh không hề cho phép chúng ta xếp tâm linh cao hơn vật chất. Vật chất quan trọng vì Đức Chúa Trời đã tạo nên chúng, và đó là điều "tốt lành". Ngài không chỉ quan tâm đến linh hồn chúng ta, mà còn quan tâm đến thể xác, tâm linh và thế giới mà chúng ta đang sống nữa. Chúng ta sẽ thấy trong đoạn sau: tội lỗi con người phá hỏng mọi thứ trong thế giới, cả vật chất lẫn tâm linh. Trong ân sủng của Ngài, Chúa đã quyết định làm cho mọi thứ tốt đẹp trở lại, và Ngài nhất quyết không chỉ làm một nửa. Kế hoạch cứu rỗi của Ngài bao gồm mọi thứ, tâm linh và vật chất. Nhìn vào bức tranh lớn của toàn bộ Kinh Thánh sẽ dẫn chúng ta vào cuộc hành trình từ sự tạo dựng đến công cuộc sáng tạo mới. Đức Chúa Trời đã tạo dựng mọi thứ từ buổi ban đầu và cuối cùng Ngài sẽ cứu chuộc tất cả. Kinh Thánh hướng đến một kết thúc ở thiên đàng vì đó là đỉnh điểm kế hoạch của Đức Chúa Trời cho thế giới. Trên nhiều phương diện, chúng ta sẽ quay trở lại buổi sáng thế, quay lại với cách mọi vật được tạo dựng lúc đầu: một Ê-đen mới.

2. Đức Chúa Trời là vua của sự sáng tạo

Là Đấng tạo dựng muôn loài vạn vật, Đức Chúa Trời là Chúa của tất cả. Ngài là vị vua hợp pháp trên mọi vật Ngài đã dựng nên. Đáp ứng đúng đắn duy nhất đối với lẽ thật này là thừa nhận quyền tể trị của Ngài và thờ phượng Ngài. Tác giả Thi Thiên viết:

...Vì Giê-hô-va là Đức Chúa Trời rất lớn,

là Vua cao cả trên hết các thần.
Các vực sâu của đất đều ở nơi tay Ngài;
   những đỉnh núi cũng thuộc về Ngài.
Biển thuộc về Ngài, vì chính Ngài đã làm nó;
   còn đất khô, tay Ngài cũng đã nắn nên nó.
Hãy đến, cúi xuống mà thờ lạy;
   khá quì gối xuống trước mặt Đức Giê-hô-va,
   là Đấng Tạo Hóa chúng tôi!
vì Ngài là Đức Chúa Trời chúng tôi:
   Chúng tôi là dân của đồng cỏ Ngài,
   và là chiên tay Ngài dìu dắt.
   (Thi Thiên 95:3–7)

Trong nhiều tư tưởng tôn giáo Đông phương, người ta tin rằng thế giới tự nhiên bắt nguồn từ Chúa. Kết quả là mọi vật đều là một phần của Ngài. Bạn không dám giết một con kiến hay con ruồi: chúng là thiêng liêng, cũng như cây cối, núi đồi, con người và mọi thứ khác bạn có thể kể ra. Nhưng Kinh Thánh không chấp nhận tư tưởng như vậy. Đức Chúa Trời là siêu việt, ở trên và vượt xa tất cả những gì Ngài tạo dựng và khác biệt với tạo vật. Lẽ thật này giải thích cho sự ghê tởm việc thờ thần tượng trong Kinh Thánh (xem điều răn thứ hai, Xuất 20:4–6). Nếu Đức Chúa Trời tạo dựng mọi thứ, thì thờ phượng cái gì trong sự sáng tạo như thể đó là Đức Chúa Trời chắc chắn là hạ thấp Ngài xuống, vì theo định nghĩa, tạo vật thấp hơn Ngài. Chỉ một mình Đức Chúa Trời xứng đáng được thờ phượng. Trách nhiệm của chúng ta, tạo vật của Chúa, là phục tùng Ngài như một vị vua của chúng ta và dành cho Ngài sự vinh hiển xứng đáng thuộc về Ngài.

Lạy Đức Chúa Trời là Chúa chúng tôi,
   Chúa đáng được vinh hiển, tôn quí và quyền lực;
vì Chúa đã dựng nên muôn vật,
   và ấy là vì ý muốn Chúa mà muôn vật mới có
   và đã được dựng nên.
   (Khải Huyền 4:11)

3. Con người là đỉnh cao của công cuộc sáng tạo

Nhà nhân loại học Desmond Morris đã viết: "Con người là những động vật. Có khi là quái vật, có khi rất tuyệt vời, nhưng vẫn luôn là động vật".[1] Câu nói đó đúng trên một phương diện. Chúng ta là những tạo vật, được dựng nên vào cùng ngày Chúa tạo dựng các con thú và có nhiều điểm giống các con thú. Nhưng chúng ta không chỉ là động vật, không chỉ là những "con vượn người trần trụi". Trong các loài Chúa tạo dựng, chỉ có chúng ta được dựng nên theo hình ảnh của Ngài:

...Đức Chúa Trời dựng nên loài người như hình Ngài;
Ngài dựng nên loài người giống như hình Đức Chúa Trời;
Ngài dựng nên người nam cùng người nữ.
(Sáng Thế Ký 1:27)

Điều này đúng với tất cả mọi người: nam lẫn nữ, đen và trắng, già và trẻ, đã ra đời và chưa ra đời, khỏe mạnh và khuyết tật, dù về tinh thần hay thể chất.

Ai đó có thể nói về 1 đứa con trai: "Nó giống bố như tạc; nó giống hệt bố nó". Nói như vậy không có nghĩa đứa bé chính là bố nó, mà là nó có những nét giống gia đình. Bạn có thể nhìn thấy bố đứa bé trong đứa bé. Chúng ta với Chúa cũng tương tự như vậy. Một tác giả đã diễn tả rất hay: "Con người là một tạo vật vì anh ta được Chúa tạo dựng. Nhưng con người là tạo vật độc đáo, anh ta được tạo dựng giống như Chúa".[2] Chúng ta phản chiếu điều gì đó trong bản tính của Đức Chúa Trời theo cách mà không một điều gì khác trong công cuộc sáng tạo làm được.

Là những người được tạo dựng cách độc đáo theo hình ảnh của Chúa, tất cả nhân loại đều có phẩm giá cao quý và được Đức Chúa Trời đặt lên cao hơn phần còn lại của trật tự tạo dựng và chịu trách nhiệm về phần còn lại đó. Ngài phán: "... để chúng quản trị các cá biển, các chim trời, các súc vật, các thú rừng trên đất, và mọi sinh vật bò sát mặt đất" (Sáng 1:26, Bản dịch 2011). Chắc chắn đây không phải là quyền để lạm dụng. Đức Chúa Trời là Đấng cai trị đầy tình thương, và chúng ta, những người mang hình ảnh của Ngài, được kêu gọi để cai trị với tình yêu thương. Chúng ta là những quản gia của Đức Chúa Trời, được giao trách nhiệm chăm sóc công trình sáng tạo quý giá của Ngài.

---

1. Được trích từ John Blanchard, *Does God Believe in Atheists?* (Darlington: Evangelical Press, 2000), tr. 319.

2. Edmund P. Clowney, *The Unfolding Mystery* (Leicester: IVP, 1988), tr. 19.

4. "Nghỉ ngơi" là mục tiêu của sự sáng tạo

Việc phân chia các đoạn trong Kinh Thánh được những người biên tập thêm vào sau này chứ không phải do tác giả. Thật là đáng tiếc khi họ kết thúc Sáng Thế Ký đoạn 1 như họ đã làm, sau khi tạo dựng người nam và người nữ. Kết thúc như vậy tạo ấn tượng rằng con người là đỉnh điểm của công cuộc sáng tạo của Đức Chúa Trời. Nhưng đỉnh điểm thật sự là ở đầu đoạn 2, với phần ký thuật về ngày thứ bảy:

Ấy vậy, trời đất và muôn vật đã dựng nên xong rồi.
Ngày thứ bảy, Đức Chúa Trời làm xong các công việc Ngài đã làm, và ngày thứ bảy, Ngài nghỉ các công việc Ngài đã làm. Rồi, Ngài ban phước cho ngày thứ bảy, đặt là ngày thánh; vì trong ngày đó, Ngài nghỉ các công việc đã dựng nên và đã làm xong rồi. (Sáng 2:1–3)

Tác giả Sáng Thế Ký kết thúc phần mô tả từng ngày bằng câu "Vậy có buổi chiều và buổi mai, ấy là ngày thứ nhất [v.v...]". Nhưng ngày thứ bảy thì không có ghi câu này, nó vẫn tiếp tục. Trên một phương diện, Đức Chúa Trời đã nghỉ ngơi từ lúc đó. Ngài sống trong ngày Sa-bát liên tục, là ngày thứ bảy. Điều đó không có nghĩa là Ngài không làm việc nữa. Ngài vẫn tiếp tục duy trì công trình sáng tạo của Ngài, không có Ngài mọi vật sẽ sụp đổ. Nhưng Ngài nghỉ ngơi không tạo dựng nữa. Khi một công việc được thực hiện cách trọn vẹn, thì không còn điều gì nữa để làm. Và Ngài muốn con người sống với Ngài trong ngày thứ bảy đó, cùng "nghỉ ngơi" với Ngài và tận hưởng sự tạo dựng hoàn hảo của Ngài. Đó là điều chúng ta thấy đang diễn ra trong các câu tiếp theo. Sáng 2:24–25 trình bày bản ký thuật thứ hai về sự sáng tạo, không mâu thuẫn nhưng bổ sung cho bản ký thuật thứ nhất. Trong ký thuật đầu tiên, con người chỉ là một trong nhiều vật thọ tạo của Đức Chúa Trời, nhưng trong ký thuật thứ hai, trọng tâm tập trung rất nhiều vào họ. Nó cho chúng ta bức tranh về mục tiêu của sự sáng tạo; đây chính là cuộc sống mà Chúa muốn dành cho con người, được đánh dấu bằng một chuỗi các mối liên hệ tuyệt vời.

Đức Chúa Trời và con người

Đức Chúa Trời yêu thương chăm sóc người nam Ngài đã tạo dựng. Ngài đặt người nam vào khu vườn xinh đẹp và chu cấp cho mọi nhu cầu, kể cả tạo dựng một người nữ để giúp đỡ và bầu bạn. A-đam và Ê-va được giao cho trách nhiệm lớn, nhưng không có gì đáng nghi về người chịu trách nhiệm cuối cùng. Chính Chúa là Đấng đưa ra các quy tắc. Nhưng luật lệ của Ngài không có tính đàn áp, mà vì ích lợi của con người. Ngài chỉ có một sự ngăn cấm nhằm bảo vệ họ: "... nhưng về cây biết điều thiện và điều ác thì chớ hề ăn đến; vì một mai ngươi ăn, chắc sẽ chết" (Sáng 2:17).

Người nam và người nữ

Người nam được tạo dựng trước tiên, sau đó mới dựng nên người nữ để giúp đỡ người nam. Người nam là người đứng đầu trong mối liên hệ,[3] nhưng người nam không lạm dụng quyền hành, còn người nữ thì không kháng cự. Họ vui hưởng hạnh phúc vợ chồng: "A-đam và vợ, cả hai đều trần truồng, mà chẳng hổ thẹn" (2:25). Họ hoàn toàn thân mật mà không sợ hãi hay cảm thấy có lỗi.

Con người và công trình sáng tạo

A-đam và Ê-va đều thực thi thẩm quyền Đức Chúa Trời ban cho họ trên trật tự sáng tạo nhưng, một lần nữa, thẩm quyền đó không được lạm dụng. Họ vâng theo sự hướng dẫn của Chúa "trồng" và "giữ" vườn (2:15). Con người và sự sáng tạo hòa hợp với nhau, vì vậy đất sản sinh bông trái.

Vương quốc của Đức Chúa Trời

Đây là bức tranh bình dị về một cuộc sống tốt đẹp: cuộc sống mà Chúa muốn tạo dựng. Trong vườn Ê-đen, chúng ta nhìn thấy kiểu mẫu của vương quốc Đức Chúa Trời. Dân sự của Chúa, A-đam và Ê-va sống trong chỗ của Chúa, vườn Ê-đen, dưới sự cai trị của Chúa; và kết quả là họ vui hưởng phước hạnh của Ngài. Đáng buồn thay, chẳng được bao lâu thì mọi thứ bị phá hỏng bởi tội lỗi của con người. Từ đó, Đức Chúa Trời hành động để tái lập vương quốc và kêu gọi con dân Ngài trở lại

---

3. Xem phần kết luận Phao-lô rút ra từ thứ tự của việc tạo dựng họ trong 1 Cô-rinh-tô 11:1–10 (đặc biệt câu 8) và 1 Ti-mô-thê 2:11–14 (đặc biệt câu 13).

Hình 7. Kiểu mẫu của vương quốc

Vương quốc của Đức Chúa Trời	Dân sự của Chúa	Chỗ của Chúa	Sự cai trị và phước hạnh của Chúa
Kiểu mẫu của vương quốc	A-đam và Ê-va	Vườn Ê-đen	Lời Chúa; các mối liên hệ hoàn hảo

với mối tương giao với Ngài. Ngài muốn chúng ta vui hưởng mục đích của sự sáng tạo và bước vào sự tuyệt hảo của ngày thứ bảy, ngày yên nghỉ. Một phần mục đích của luật Sa-bát (Xuất 20:8–11) là nhắc dân Y-sơ-ra-ên rằng cuối cùng thì đây là cuộc sống Chúa muốn tạo dựng, chứ không phải những bận tâm về thế giới hiện tại. Chúng ta có thể trải nghiệm chút gì trong sự yên nghỉ đó ngay trong thế giới sa ngã này nếu chúng ta đặt lòng tin vào Chúa Giê-xu. Ngài phán: "Hỡi những kẻ mệt mỏi và gánh nặng, hãy đến cùng ta, ta sẽ cho các ngươi được yên nghỉ" (Ma-thi-ơ 11:28). Là những Cơ Đốc nhân, chúng ta có thể mong đợi được tận hưởng sự yên nghỉ đó cách trọn vẹn trong sự sáng tạo mới sau khi Chúa Giê-xu trở lại. Tác giả viết thư cho người Hê-bơ-rơ trong Tân Ước hướng chúng ta đến tương lai bằng những lời lẽ đầy khích lệ: "Vậy thì còn lại một ngày yên nghỉ cho dân Đức Chúa Trời. Vì ai vào sự yên nghỉ của Đức Chúa Trời, thì nghỉ công việc mình, cũng như Đức Chúa Trời đã nghỉ công việc của Ngài vậy" (Hê-bơ-rơ 4:9–10).

Học Kinh Thánh 📖

Sáng Thế Ký 1:1–2:25

1:1–25

Những từ hay cụm từ nào được lặp lại?

Những từ hay cụm từ đó cho chúng ta biết gì về
• cách Đức Chúa Trời tạo dựng thế giới?

• điều Chúa tạo dựng?

• Đức Chúa Trời, Đấng Sáng Tạo?

1:26–31

Mang hình ảnh của Chúa có nghĩa là gì?

Thái tử Charles có lần nói về câu 28: "Đây là giấy phép để bóc lột môi trường. Nó góp phần vào cảm giác rằng thế giới hoàn toàn thuộc quyền sử dụng của con người—như nguồn lợi tức thay vì là tài sản cố định cần được tiết kiệm". Bạn trả lời ông ấy như thế nào?

2:1–25

Điều gì làm cho ngày thứ bảy khác với sáu ngày trước?

Kinh Thánh cho chúng ta biết gì về mối liên hệ của

• Đức Chúa Trời và con người?

• người nam và người nữ?

• con người và sự sáng tạo?

Hê-bơ-rơ 4:9–11 cho biết chúng ta có thể bước vào sự yên nghỉ của Đức Chúa Trời. Điều này có nghĩa là gì?

Đọc lướt qua Khải Huyền 22:1–5. Những điểm nào giống vườn Ê-đen?

Chương 2

Vương quốc bị phá hủy

Con rắn biết nói

Sáng Thế Ký đoạn 3 kể lại câu chuyện buồn về cách công trình sáng tạo hoàn hảo của Đức Chúa Trời bị hủy phá. Tất cả bắt đầu với con rắn biết nói: "Trong các loài thú đồng mà Giê-hô-va Đức Chúa Trời đã tạo nên, rắn là loài quỷ quyệt hơn cả. Rắn nói với người nữ: "Có thật Đức Chúa Trời đã dặn các người không được ăn trái các cây trong vườn sao?" (Sáng 3:1, BTTHĐ).

Điều này ngay lập tức dấy lên đủ loại câu hỏi. Con rắn này là ai và từ đâu đến? Chúng ta có phải tin rằng câu chuyện này thật đã xảy ra không? Có ai nghe về một con rắn biết nói chưa?

Tân Ước xem con rắn là Sa-tan (Khải 12:9; 20:2), nhưng không ai cho chúng ta biết nó từ đâu đến. Chắc chắn nó không bất diệt. Kinh Thánh không ủng hộ loại tư tưởng nhị nguyên thường thấy trong các bộ phim khoa học viễn tưởng, cho rằng trong vũ trụ luôn luôn có cuộc tranh chiến giữa hai thế lực thiện và ác ngang bằng nhau. Chắc chắn Sa-tan rất mạnh, nhưng hắn không thể bằng với Đức Chúa Trời. Chỉ một mình Ngài là bất diệt. Cho nên, Sa-tan là vật thọ tạo. Nó là một phần trong sự sáng tạo hoàn bảo ban đầu, nhưng sau đó ắt hẳn đã nổi loạn cùng Đức Chúa Trời. Tân Ước có hai lần nói đến cuộc nổi loạn trong thế giới thần linh (2 Phi-e-rơ 2:4; Giu-đe 6). Nhưng Sáng Thế Ký đoạn 3 không hề đề cập đến những điều như vậy. Tác giả không trình bày nhằm trả lời mọi thắc mắc của chúng ta; ông chỉ cho biết điều chúng ta cần biết. Biết hay không biết ma quỷ từ đâu đến không quan trọng, điều quan trọng là chúng ta biết nó hiện hữu.

Vậy chúng ta phải hiểu Sáng Thế Ký đoạn 3 như thế nào? Câu chuyện về sự sa ngã có phải là một thần thoại không có cơ sở, hay nó thật sự đã xảy ra? Phần còn lại của Kinh Thánh cho rằng đó là một sự kiện có thật. Phao-lô so sánh và đối chiếu A-đam và Đức Chúa Giê-xu Christ (Rô-ma 5:12–19; 1 Cô-rinh-tô 15:20–22). Như Chúa Giê-xu là con người thật sự, mà sự chết của Ngài đem lại sự cứu rỗi thật sự, thì A-đam cũng là một con người thật sự, và tội lỗi của ông mang lại sự sa ngã thật sự: "... vì chưng bởi một người mà có sự chết, thì cũng bởi một người mà có sự sống lại của những kẻ chết" (1 Cô-rinh-tô 15:21). Nhưng vẫn còn câu hỏi về con rắn biết nói. Chúng ta có phải hiểu theo nghĩa đen không? Điều đó tùy thuộc vào việc chúng ta cho rằng tác giả đang viết thể loại văn chương nào. Dù gì đi nữa, quan điểm của tôi là Sáng Thế Ký đoạn 3 mô tả một sự kiện có thật nhưng sử dụng biểu tượng như chúng ta thấy.[1]

Hành động chống nghịch

Đức Chúa Trời thực thi quyền cai trị của Ngài trong vườn bằng lời phán, và đó là chỗ Sa-tan tấn công. Nó bắt đầu bằng cách bóp méo câu nói và làm cho nó khó nghe hơn: "Có thật Đức Chúa Trời đã dặn các người không được ăn trái các cây trong vườn sao?" (câu 1, BTTHĐ).

Ê-va mau chóng cho rằng nó nói đúng; họ bị cấm ăn chỉ một cây duy nhất: "Đức Chúa Trời đã phán: 'song về phần trái của cây mọc giữa vườn, Đức Chúa Trời có phán rằng: Hai người chẳng nên ăn đến và cũng chẳng nên đá động đến, e khi hai người phải chết chăng'" (câu 3).

Sa-tan vẫn không bỏ cuộc. Nó bắt đầu vặn hỏi lời nói của Chúa: "Các người chắc chắn không chết đâu" (câu 4). Nó thậm chí còn cho rằng Chúa là kẻ phá đám của vũ trụ: "Vì Đức Chúa Trời biết rằng khi nào các người ăn trái cây đó thì mắt mở ra, và các người sẽ giống Đức Chúa Trời, biết điều thiện và điều ác".

---

1. Muốn biết thêm tính chất lịch sử của Sáng Thế Ký 3, xem Henri Blocher, *In the Beginning* (Leicester: IVP, 1984), tr. 154–170.

Chiến thuật có hiệu quả: "Khi người nữ thấy trái của cây đó bộ ăn ngon, lại đẹp mắt và quý vì làm cho mình khôn ngoan, thì hái và ăn, rồi trao cho chồng đang đứng bên cạnh; chồng cũng ăn nữa" (câu 6).

Vì sao đó là điều khủng khiếp? Ăn một miếng trái cây thì có gì là sai? Sai là vì Đức Chúa Trời bảo họ không được ăn; đó là hành động bất tuân rõ ràng. Nhưng tại sao Chúa không muốn họ ăn trái của cây biết điều thiện và điều ác? Chắc chắn phân biệt giữa đúng và sai là điều tốt mà. Đúng vậy, nhưng "biết điều thiện và điều ác" không chỉ đơn giản là biết điều đúng và sai, mà còn *quyết định* điều gì là đúng, điều gì là sai. Tội của họ là tội làm luật, chứ không chỉ là phạm luật. Họ muốn nói rằng: "Chúa ơi, từ giờ trở đi, chúng con muốn làm những người ban hành luật pháp trên thế gian này, đưa ra những tiêu chuẩn để chúng con sống theo". Đó là một cố gắng để giống như Chúa, nhưng không theo ý nghĩa cao quý. Họ đang chiếm đoạt thẩm quyền của Ngài và tách ra khỏi Ngài. Kể từ đó, đó là bản chất của tội lỗi.

Những mối liên hệ bị phá vỡ

Hậu quả thật thảm hại. Đức Chúa Trời đoán phạt bằng cách làm hỏng tất cả các mối liên hệ tuyệt vời được thiết lập khi tạo dựng thế giới.

Mối liên hệ giữa người nam và người nữ

Sự thân mật và tin tưởng hoàn toàn đã không còn. Họ phải kiếm vật phủ để che sự trần truồng (câu 7). Và chẳng bao lâu sau đó họ bắt đầu cãi nhau, vì không ai chịu trách nhiệm cho hành động của mình. Cuộc chiến giữa hai giới bắt đầu. Đức Chúa Trời phán với người nữ: "Dục vọng con sẽ hướng về chồng, và chồng sẽ quản trị con" (câu 16, BDM). Người nữ "khao khát" chồng mình. Từ ngữ có thể chỉ hàm ý ham muốn tình dục, nhưng cũng có thể nói đến mong ước điều khiển chồng (từ ngữ được dùng theo nghĩa này trong Sáng 4:7). Nếu như vậy, Kinh Thánh đang nói với chúng ta rằng phụ nữ sẽ không còn vui lòng thuận phục sự lãnh đạo của chồng, còn chồng sẽ không còn lãnh đạo trong tinh thần hy sinh và yêu thương như Chúa đã định. Sự lãnh đạo yêu thương của Sáng Thế Ký 2 bây giờ được thay thế bởi sự cai trị "hà khắc".

Mối liên hệ giữa con người và sự sáng tạo

Sự hòa hợp giữa con người và trật tự sáng tạo cũng chấm dứt. Kể từ đây, sẽ có sự tranh chiến giành quyền kiểm soát. Đức Chúa Trời phán:

> Đất sẽ bị rủa sả vì ngươi;
>> trọn đời ngươi phải chịu khó nhọc
>> mới có vật đất sanh ra mà ăn.
> Đất sẽ sanh chông gai và cây tật lê,
>> và ngươi sẽ ăn rau của đồng ruộng.
>> (3:17–18)

Bây giờ, trồng trọt đòi hỏi nhiều mồ hôi và công sức. Thế giới tự nhiên không phải chỉ là bạn mà còn là kẻ thù nữa.

Mối liên hệ giữa con người và Đức Chúa Trời

Hình phạt xứng đáng với sự vi phạm. Con người nổi loạn quay lưng khỏi Chúa, còn Ngài thì từ bỏ họ bằng hình phạt. Tình bạn thân thiết họ từng vui hưởng với Đức Chúa Trời giờ bị phá hủy. Khi Ngài đến gần, họ trốn khỏi Ngài. Đức Chúa Trời vẫn đến tìm họ: "Giê-hô-va Đức Chúa Trời kêu A-đam và hỏi: 'Con ở đâu?'" (câu 9). Trong ân sủng của Ngài, Đức Chúa Trời tiếp tục tìm kiếm loài người tội lỗi, gọi chúng ta trở lại trong mối tương giao với Ngài; nhưng chúng ta luôn trốn chạy vì bản chất tội lỗi của mình. A-đam sợ và xấu hổ, ý thức về sự lõa lồ của mình trước mặt Chúa. Sự vô tội trước kia không còn nữa. Và Đức Chúa Trời đoán xét người có tội như Ngài đã nói, Sa-tan đã sai. Lời cảnh báo của Chúa rằng A-đam và Ê-va sẽ chết không chỉ là lời hăm dọa, nó được thực hiện. Họ bị đuổi khỏi vườn và Chúa đặt người canh gác để ngăn họ quay lại với cây sự sống (câu 24). Họ tiếp tục hiện hữu về thể xác, nhưng họ đã chết về tâm linh, bị cắt đứt khỏi sự hiện diện của Đức Chúa Trời. Chỉ còn là vấn đề thời gian trước khi sự hiện hữu vật lý của họ cũng kết thúc.

Sự lan truyền của tội lỗi và sự chết

Kể từ khi sa ngã, toàn thể nhân loại được sinh ra phải đối diện với cùng một tình trạng như A-đam và Ê-va: sự chết thuộc thể và thuộc linh vì sự nổi loạn của tổ phụ. Chúng ta cũng là những tội nhân, chống nghịch quyền tể trị của Chúa; và chúng ta cũng đối diện hình phạt là sự chết, đời đời xa cách Ngài. Sáng Thế Ký đoạn 4–11 ghi lại sự lan truyền của tội lỗi và sự chết, hình phạt của Đức Chúa Trời đối với tội lỗi, trong giai đoạn đầu tiên của lịch sử nhân loại.

Ca-in và A-bên (đoạn 4)

Không có gì ngạc nhiên khi phần ký thuật tội lỗi của A-đam và Ê-va trong đoạn 3 được tiếp nối bởi câu chuyện về án mạng đầu tiên ngay trong đoạn tiếp theo khi một trong những con trai của họ giết em mình. Một khi mối liên hệ chiều đứng với Đức Chúa Trời bị phá hủy, thì chắc chắn mối liên hệ chiều ngang với nhau cũng sẽ bị đổ vỡ. Ca-in ganh tị khi em mình được Đức Chúa Trời yêu mến, đã giết em mình. Đức Chúa Trời đoán xét ngay lập tức. Ca-in bị đuổi ra khỏi nhà và buộc phải sống cuộc đời lang thang.

Sự chết (đoạn 5)

Sáng Thế Ký đoạn 5 là phả hệ đầu tiên trong Kinh Thánh. Con người đang làm theo mạng lệnh của Chúa "hãy sanh sản và làm cho đầy dẫy" (1:28). Ngay cả sau khi sa ngã, con cháu họ vẫn mang hình ảnh của Chúa. Trước giả nhấn mạnh rằng A-đam được tạo dựng theo "ảnh tượng của Đức Chúa Trời" thể nào, thì Sết, con trai ông, cũng "giống như ông" thể ấy (câu 1–3). Nhưng đó là hình ảnh đã bị méo mó. Loài người cũng mang dấu vết của tội lỗi. Hậu quả là, trong chương 4 tội lỗi được truyền lại cho thế hệ tiếp theo thể nào, thì chúng ta thấy trong chương 5, hậu quả của tội lỗi—sự chết, cũng được di truyền thể ấy. Những con người đầu tiên này có lẽ đã sống nhiều năm, nhưng một điệp khúc chạy suốt chương nhắc chúng ta rằng họ cũng phải chết: "rồi qua đời... và rồi qua đời... rồi qua đời..." (câu 5, 8, 11, v.v...). Chúng ta làm tất cả những gì có thể để làm giảm thực tế khắc nghiệt của sự chết. Thậm chí chúng ta còn cố tránh đề cập đến từ đó. Mới đây, tôi nghe nói một bệnh viện ở Hoa Kỳ nói đến sự chết là "kết quả chăm bệnh tiêu cực". Bất chấp những lối uyển ngữ của chúng ta, chúng ta vẫn không thể né tránh sự chết. Sự chết đến với hết thảy chúng ta.

Cơn nước lụt (đoạn 6–9)

Một vài thế hệ đã đến rồi đi, nhưng tội lỗi vẫn hoạt động mạnh mẽ. Tác giả đưa ra một nhận xét tiêu cực: "Đức Giê-hô-va thấy sự hung ác của loài người trên mặt đất rất nhiều, và các ý tưởng của lòng họ chỉ là xấu luôn; thì tự trách đã dựng nên loài người trên mặt đất, và buồn rầu trong lòng" (câu 5–6). Vì thế, Ngài quyết định đoán phạt: "Đức Giê-hô-va phán rằng: 'Ta sẽ hủy diệt khỏi mặt đất loài người mà ta đã dựng nên, từ loài người cho đến loài súc vật, loài côn trùng, loài chim trời; vì ta tự trách đã dựng nên các loài đó'" (câu 7). Hậu quả là cơn nước lụt gây hủy diệt khủng khiếp. Đó là sự đảo ngược của công cuộc sáng tạo. Ranh giới giữa đất và biển mà Đức Chúa Trời đã thiết lập vào ngày sáng tạo đầu tiên bị phá hủy. Sự lộn xộn trước khi thế giới được tạo dựng giờ đây quay trở lại, khi nước bao phủ mặt đất (xem Sáng 1:2).

Tháp Ba-bên (đoạn 11)

Đức Chúa Trời gìn giữ một gia đình qua cơn nước lụt để lịch sử nhân loại được tiếp tục. Nhưng điều đáng buồn là tội lỗi và đáp ứng công bình của Ngài trước tội lỗi, tức sự đoán phạt, cũng được giữ lại. Đoạn 11 đưa chúng ta đến giai đoạn tệ nhất trong Kinh Thánh cho đến lúc này. Con người kiêu hãnh nói: "Nào, chúng ta hãy xây cho mình một thành và dựng một tháp có đỉnh cao đến tận trời để chúng ta được nổi danh và không bị tản lạc khắp trên mặt đất" (câu 4, BTTHĐ). Tháp Ba-bên là biểu tượng sống động của ham muốn tội lỗi nhằm đề cao chính mình và tạo dựng vương quốc của riêng mình, độc lập với Đức Chúa Trời. Nhưng Ngài không làm ngơ sự ngạo mạn như thế. Ngài làm thất bại mưu đồ quyền lực của con người bằng cách phân tán họ khắp mặt đất và cho họ các ngôn ngữ khác nhau. Loài người bây giờ bị phân cách không chỉ với Chúa mà cả với nhau.

Vương quốc bị phá hủy

Công trình sáng tạo tuyệt vời mà Đức Chúa Trời đã tạo dựng bây giờ chỉ là một giấc mơ xa vời. Kiểu mẫu của vương quốc đã bị phá hủy bởi tội lỗi. Nhân loại không còn là dân sự của Đức Chúa Trời về bản chất; chúng ta đã xây khỏi Ngài. Chúng ta không còn sống trong chỗ

Hình 8. Vương quốc bị phá hủy

Vương quốc của Đức Chúa Trời	Dân sự của Chúa	Chỗ của Chúa	Sự cai trị và phước hạnh của Chúa
Kiểu mẫu của vương quốc	A-đam và Ê-va	Vườn Ê-đen	Lời Chúa; các mối liên hệ hoàn hảo
Vương quốc bị phá hủy	Không có ai	Bị đuổi	Bất tuân và rủa sả

của Ngài; chúng ta bị đuổi khỏi vườn. Và chúng ta khước từ quyền cai trị của Ngài, và sống như thể chúng ta cai trị thế giới. Đức Chúa Trời tiếp tục tể trị, nhưng Ngài tể trị trong đoán phạt. Hậu quả là chúng ta không tận hưởng được phước hạnh của Chúa, nhưng phải đối diện với sự rủa sả. Tất cả thật đáng buồn. Một thế giới hoàn hảo đã bị hủy diệt bởi sự chống nghịch của con người (Hình 8).

Câu chuyện tiếp tục

Đó là nơi Kinh Thánh có thể kết thúc. Không có lý do gì khiến Chúa phải làm điều gì đó để giúp chúng ta. Nhưng Ngài là một Đức Chúa Trời nhân từ, Đấng quyết định đưa mọi thứ tốt đẹp trở lại và phục hồi vương quốc của Ngài trên đất. Dĩ nhiên, Ngài tiếp tục cai trị; không gì có thể thay đổi điều đó. Ngài là Đức Chúa Trời tối cao, Đấng nắm quyền kiểm soát ngay cả khi con người không vâng lời Ngài. Nhưng Ngài muốn trả lại cho mình một dân tộc sẵn sàng thuận phục quyền cai trị của Ngài. Đó là ý nghĩa của "Nước Trời": không phải khu vực Ngài cai trị (vì Ngài luôn tể trị khắp nơi), mà là phạm vi nơi sự cai trị của Ngài được vui vẻ chấp nhận. Như chúng ta sẽ thấy ở chương tiếp theo, Đức Chúa Trời hành động hướng đến kết cuộc tuyệt vời đó ngay từ lúc ban đầu.

Hình 9. Câu chuyện cho đến lúc này: sự sa ngã

Học Kinh Thánh

Sáng Thế Ký đoạn 3

Con rắn (câu 1–5)

Con rắn dùng chiến thuật gì để cám dỗ Ê-va?

Ngày hôm nay chúng ta thấy con rắn cũng dùng chiến thuật đó như thế nào?

Tội lỗi (câu 6)

A-đam và Ê-va đã làm gì sai?

Chúng ta cũng phạm phải tội lỗi tương tự theo cách nào?

Sự xấu hổ (câu 7–13)

Ảnh hưởng tức thì từ tội lỗi của A-đam và Ê-va trên

• mối liên hệ của họ với Chúa là gì?

• mối liên hệ của họ với người khác là gì? (so sánh 2:22–25)

Bản án (câu 14–24)

Hình phạt của Chúa dành cho những đối tượng sau là gì?

• Con rắn?

• Người nữ?

• Người nam?

• Toàn thể nhân loại?

Đấng Cứu Thế

Những dấu hiệu hy vọng nào chúng ta có thể nhìn thấy trong phân đoạn này?

Chương 3

Vương quốc được hứa

Kế hoạch đời đời của Đức Chúa Trời

Chúc tụng Đức Chúa Trời, Cha của Chúa chúng ta là Đức Chúa Jêsus Christ, Ngài đã ban cho chúng ta trong Đấng Christ mọi phước hạnh thuộc linh ở các nơi trên trời. Ngay cả trước khi sáng thế, Ngài đã chọn chúng ta trong Đấng Christ, để chúng ta được thánh hóa và không chỗ chê trách trước mặt Ngài. Trong tình yêu thương, Ngài đã định sẵn cho chúng ta địa vị làm con nuôi của Ngài bởi Đức Chúa Jêsus Christ, theo mục đích tốt đẹp của ý muốn Ngài, để ca ngợi ân điển vinh quang mà Ngài đã ban tặng cho chúng ta trong Con yêu dấu của Ngài. (Ê-phê-sô 1:3-6)

Phạm vi của Ê-phê-sô đoạn 1 khiến chúng ta sửng sốt. Nó dẫn chúng ta từ cõi đời đời đến cõi đời đời; từ trước khi tạo dựng thế giới đến sau khi thế giới chấm dứt. Sứ đồ Phao-lô cho chúng ta sự hiểu biết sâu sắc về kế hoạch đời đời của Đức Chúa Trời. Chắc chắn Ngài không bị đánh bại bởi sự sa ngã. Trước khi A-đam và Ê-va bất tuân, trước khi họ hay bất kỳ điều gì khác hiện hữu, Đức Chúa Trời đã quyết định chọn một chiến dịch giải cứu. Trong cõi đời đời Ngài đã quyết định kêu gọi một dân tộc cho chính Ngài qua Con Ngài là Chúa Giê-xu và phục hồi mọi thứ ở dưới Ngài: "hội hiệp muôn vật lại trong Đấng Christ, cả vật ở trên trời và vật ở dưới đất" (câu 10).

Dĩ nhiên, có một huyền nhiệm ở đây. Nếu Đức Chúa Trời biết sẽ có chuyện này, tại sao Ngài lại để cho sự sa ngã xảy ra ngay từ ban đầu? Kinh Thánh không có câu trả lời. Kinh Thánh chỉ cho chúng ta biết điều chúng ta cần biết: Đức Chúa Trời đang nắm quyền kiểm soát. Kinh Thánh cho chúng ta một hy vọng chắc chắn rằng một ngày nào đó, những hậu quả kinh khủng của sự chống nghịch Ngài sẽ bị hủy. Kết quả là Ngài sẽ được tôn cao và vinh hiển. Phao-lô nhấn mạnh rằng đây là lý do Ngài quyết định cứu thế giới: "để ca ngợi ân điển vinh quang của Ngài" (câu 6); "để khen ngợi sự vinh hiển Ngài" (câu 12, 14). Đầu tiên và trước hết, động cơ của Ngài không phải là làm cho chúng ta sung sướng, mặc dù điều đó chắc chắn là kết quả cuối cùng. Trên hết mọi sự, Ngài quan tâm đến danh của Ngài. Nghe có vẻ vô cùng ích kỷ phải không, nhưng không có gì ích kỷ trong việc này cả. Khi muốn thế giới ca ngợi Ngài, Đức Chúa Trời không phải đang tìm cách đưa cái tôi lên, ngược lại Ngài đang cố gắng khôi phục mọi thứ theo cách đáng phải có.

| Khi Vua ở chính giữa, mọi thứ khác vào đúng chỗ của nó. |

Vào một ngày mưa mùa hè, hai cậu bé buồn chán, bèn chơi trò xếp hình (điều này cho bạn thấy chúng hẳn là chán đến mức nào). Chúng không xếp được cho đến khi một trong hai đứa lật cái nắp hộp lên để xem bức tranh chúng đang cố gắng xếp. Đó là cảnh cung điện thời trung cổ, có vua và các triều thần xung quanh. Một trong hai đứa bé la lên: "Bây giờ thì tớ biết rồi—vua ở chính giữa!" Một khi nhận ra như thế, trò chơi xếp hình trở nên dễ dàng và chẳng bao lâu, cả hai có thể xếp xong bức hình.

Vua phải ở giữa bức hình thể nào, thì Đức Chúa Trời cũng ở chính giữa thế giới Ngài đã tạo dựng thể ấy. Nhưng kể từ khi sa ngã, loài người không chấp nhận quyền được ở giữa của Ngài mà cố truất phế Ngài. Hậu quả thật thảm hại: mọi thứ bị hỏng. Nhưng chúng ta không phải thất vọng. Từ trước khi sáng thế, Đức Chúa Trời đã có kế hoạch đem thế giới trở lại tốt đẹp bằng cách tái lập vương quốc của Ngài qua Con Ngài là Cứu Chúa Giê-xu, để Ngài được vinh hiển một lần nữa. Và khi Vua ở chính giữa, mọi thứ khác vào đúng chỗ của nó.

Vì kế hoạch cứu rỗi của Đức Chúa Trời là đời đời, nên không có gì ngạc nhiên khi nhìn thấy những dấu hiệu của nó ngay trong những ngày sa ngã đen tối và trong hậu quả tức thời của nó; ngay lúc đó cũng có thể nhìn thấy ánh sáng rực rỡ của Phúc Âm. Nó đem đến hy vọng trong lúc thất vọng và hứa hẹn những điều tốt đẹp hơn sẽ đến.

Ân điển lạ lùng

Trong chương trước, chúng ta nhận thấy chủ đề tội lỗi và đoán phạt (sự chết) xuyên suốt các chương đầu tiên của Sáng Thế Ký. Nhưng còn có một chủ đề thứ ba nữa: ân điển. Tội của nhân loại phải nhận lấy sự đoán phạt của Đức Chúa Trời, nhưng Ngài cũng bày tỏ ân điển lớn lao (Hình 10).

Hình 10. Ân điển

Tội lỗi → Đoán phạt → ÂN ĐIỂN

Người đạp con rắn (3:15)

Sự bất tuân của A-đam và Ê-va đưa đến hậu quả là họ bị đuổi khỏi vườn. Nhưng Sáng Thế Ký đoạn 3 không phải chỉ toàn bóng tối và sự chết. Dù họ phạm tội, Chúa vẫn yêu thương họ. Ngài đến tìm họ, rồi cho họ quần áo mặc để che sự lõa lồ của họ (câu 21). Tình yêu của Ngài được nhìn thấy rõ hơn hết trong lời hứa khi Ngài đoán phạt con rắn:

"Ta sẽ làm cho mầy và người nữ, Dòng dõi mầy và dòng dõi người nữ thù nghịch nhau.

Người sẽ giày đạp đầu mầy,

Còn mầy sẽ cắn gót chân người".

(3:15)

Đây chỉ là dấu hiệu, nhưng là một dấu hiệu rất khích lệ. Dường như Chúa đang chỉ về một thời điểm trong tương lai khi con trai của Ê-va, một con người, sẽ tiêu diệt Sa-tan. Đây là lời tiên tri úp mở về công tác của Cứu Chúa Giê-xu. Ngài giáng một đòn thất bại trên Sa-tan qua sự chết của Ngài trên thập tự giá và sẽ trở lại để hoàn tất công tác này. Phao-lô lặp lại những lời của Sáng 3:15 khi ông nói với chúng ta: "Đức Chúa Trời bình an sẽ sớm giày đạp Sa-tan dưới chân anh em" (Rô-ma 16:20).

Dấu của Ca-in (4:15)

Sau khi giết A-bên, Ca-in bị đày đi biệt xứ. Nhưng Đức Chúa Trời không hoàn toàn từ bỏ ông. Ngài đặt một dấu ấn bảo vệ trên Ca-in và hứa rằng bất kỳ ai giết ông thì chính người đó sẽ bị xử phạt.

"Hê-nóc đồng đi với Đức Chúa Trời" (5:24)

Gia phả của đoạn 5 nhấn mạnh sự chết là hình phạt mà mỗi thế hệ đều phải đối diện. Nhưng điệp khúc gây buồn phiền "rồi qua đời.... rồi qua đời..." lại không có trong câu 24. Phần ký thuật các cuộc đời khác kết thúc với những từ này, nhưng phần của Hê-nóc thì khác: "Hê-nóc cùng đi với Đức Chúa Trời, rồi biến mất, vì Đức Chúa Trời đón ông đi" (BTTHĐ). Chúng ta có được niềm hy vọng rằng, ngay trong thế giới sa ngã, việc biết Chúa và thoát khỏi án phạt sự chết là điều có thể được.

Giao ước của Đức Chúa Trời với Nô-ê (6:18; 9:1–7)

Sáng Thế Ký 6:18 được dịch hay nhất "Nô-ê được ơn trước mặt Đức Giê-hô-va". Chúng ta vừa được biết rằng mọi người đều có tội (câu 5), và chắc chắn có cả Nô-ê nữa. Nhưng Đức Chúa Trời đã chọn ông và gia đình ông trở thành những người nhận ân điển. Ngài phán: "Ta sẽ lập giao ước cùng ngươi, rồi ngươi và vợ, các con và các dâu của ngươi, đều hãy vào tàu" (6:18). "Giao ước" là một từ ngữ rất quan trọng trong Kinh Thánh (xem Hình 11). Nó nói về một thỏa thuận có tính ràng buộc. Đức Chúa Trời hứa với Nô-ê rằng Ngài sẽ cứu gia đình ông khỏi cơn nước lụt bằng con tàu. Nô-ê tin lời Đức Chúa Trời, làm theo lời Ngài và được cứu khi nước dâng lên. Sau đó, khi nước rút, Chúa có một lời hứa nữa cho họ: "Ta lập giao ước với các con: Mọi loài xác thịt sẽ không bị nước lụt tiêu diệt nữa, và cũng không có trận lụt nào để hủy phá quả đất nữa" (9:11, BTTHĐ). Mặc dù con người tiếp tục phạm tội, nhưng Chúa tuyên bố cam kết của Ngài với tạo vật. Ngài chưa hoàn tất công việc với thế giới của Ngài; Ngài quyết tâm thực hiện kế hoạch đời đời. Cơn nước lụt là sự hủy hoại trật tự sáng tạo, nhưng theo sau nó là một sự phục hồi đầy ân sủng; một khởi đầu mới. Sự khởi đầu này được nhấn mạnh bởi việc lặp lại các cụm từ trong lời phán của Chúa từ sau cơn nước lụt (Hình 12).

Hình 11. Giao ước

Giao ước là một trong những khái niệm quan trọng nhất trong Kinh Thánh. Chúng ta thấy từ này trong tên gọi của hai phần trong Kinh Thánh: Cựu Ước và Tân Ước (từ "testament" trong tiếng Anh cũng có nghĩa là "covenant") và từ này thường xuyên xuất hiện (285 lần trong Cựu Ước và 33 lần trong Tân Ước). Nó ám chỉ một kết ước long trọng. Đức Chúa Trời kết ước chính Ngài với dân sự Ngài bằng cách đưa ra những lời hứa có tính ràng buộc. Đôi khi đó là những lời hứa đơn phương (Chúa hứa hành động cách vô điều kiện), nhưng thường là những lời hứa song phương và có điều kiện: Đức Chúa Trời đòi hỏi con dân Ngài hứa vâng lời Ngài. Giao ước được đóng ấn bằng huyết và được ban cho một dấu hiệu làm vật nhắc nhở. Có nhiều giao ước trong Kinh Thánh:

Giao ước Nô-ê

Đức Chúa Trời lập giao ước đơn phương để giữ gìn cõi sáng tạo và không bao giờ tiêu diệt nó bằng nước nữa.

Dấu hiệu: cầu vồng

Giao ước Áp-ra-ham

Đức Chúa Trời hứa dấy lên một dân tộc lớn từ con cháu Áp-ra-ham và ban cho họ đất để trú ngụ. Ngài sẽ ban phước cho họ và qua họ cả thế gian sẽ được phước.

Dấu hiệu: phép cắt bì

Giao ước Môi-se

Đức Chúa Trời hứa với dân Y-sơ-ra-ên rằng họ sẽ là dân tộc đặc biệt của Ngài, ngược lại, họ phải vâng theo luật pháp của Ngài.

Dấu hiệu: ngày Sa-bát

Giao ước mới

Dân Y-sơ-ra-ên phá vỡ các nghĩa vụ trong giao ước của họ và Chúa phải đoán phạt họ. Nhưng Ngài hứa qua tiên tri Giê-rê-mi một giao ước mới và tốt hơn, là giao ước đưa đến một tấm lòng được đổi mới, một sự nhận biết Chúa cách phổ quát và sự tha thứ hoàn toàn. Sự chết của Chúa Giê-xu trên thập tự giá mở đầu cho giao ước mới này.

Dấu hiệu: phép báp-têm

Những giao ước này riêng biệt với nhau nhưng cũng ràng buộc với nhau. Tất cả đều là một phần trong kế hoạch đời đời của Đức Chúa Trời để cứu thế gian qua Chúa Giê-xu.

Hình 12. Sau cơn nước lụt: một khởi đầu mới

Sáng Thế Ký 1	Sáng Thế Ký 9
"Hãy sinh sản, gia tăng gấp bội và làm cho đầy dẫy đất" (câu 28)	"Hãy sinh sản, gia tăng gấp bội, và làm cho đầy dẫy đất" (câu 1)
"Hãy làm cho đất phục tùng, hãy quản trị ... mọi loài bò sát trên mặt đất". (câu 28)	"Tất cả các loài thú trên đất, ... đều sẽ kinh sợ các con và bị trao vào tay các con" (câu 2)
"Ta sẽ ban cho các con mọi thứ cỏ kết hạt mọc khắp mặt đất ... thức ăn cho các con" (câu 29)	"Bất cứ loài vật nào di chuyển và có sự sống đều dùng làm thức ăn cho các con" (câu 3)

Khi đã hứa, Đức Chúa Trời đặt một dấu hiệu trên bầu trời: chiếc cầu vồng. Hễ khi nào Ngài nhìn thấy nó trong tương lai, Ngài sẽ nhớ lại cam kết của mình với sự sáng tạo (9:14–15). Và hễ khi nào chúng ta nhìn thấy cầu vồng, chúng ta được an ủi.

Giao ước với Áp-ra-ham

Trong mỗi sự kiện trong các đoạn đầu của Sáng Thế Ký sau cơn nước lụt, chúng ta thấy có ba yếu tố: tội lỗi, đoán phạt và ân điển. Nhưng câu chuyện tháp Ba-bên dường như là ngoại lệ. Tội lỗi và đoán phạt đều có khi con người xây tháp rồi sau đó bị tan lạc và phân cách nhau. Nhưng không có dấu hiệu ân điển của Chúa trong Sáng Thế Ký 11. Chúng ta phải chờ cho đến chương tiếp theo và một thế hệ khác. Đức Chúa Trời hiện ra với Áp-ra-ham và hứa làm đảo ngược ảnh hưởng của sự đoán phạt của Ngài sau tháp Ba-bên. Ngài công bố ý định đem dân sự bị tản lạc trên thế giới trở về và ban phước cho họ một lần nữa. Những lời Ngài nói với Áp-ra-ham là phát ngôn rõ ràng đầu tiên về những lời hứa của Đức Chúa Trời, là Phúc Âm; chúng sẽ chi phối phần Kinh Thánh còn lại. John Stott viết: "Có thể nói cách chân thành mà không cường điệu rằng không chỉ phần còn lại của Cựu Ước mà toàn bộ Tân Ước là sự thực hiện những lời hứa của Đức Chúa Trời".[1] Sáng Thế Ký 12:1–3 là bản văn được giải nghĩa bởi phần còn lại của Kinh Thánh:

> Đức Giê-hô-va có phán cùng Áp-ram rằng: "Ngươi hãy ra khỏi quê hương, vòng bà con và nhà cha ngươi, mà đi đến xứ ta sẽ chỉ cho.
>
> Ta sẽ làm cho ngươi nên một dân lớn;
> ta sẽ ban phước cho ngươi,
> cùng làm nổi danh ngươi,
> và ngươi sẽ thành một nguồn phước.
> Ta sẽ ban phước cho người nào chúc phước ngươi,
> rủa sả kẻ nào rủa sả ngươi;
> và các chi tộc nơi thế gian
> sẽ nhờ ngươi mà được phước".

Không có gì đặc biệt cụ thể về Áp-ra-ham. Ông được chọn không phải vì ông tốt đẹp, nhưng chỉ bởi ân sủng của Chúa. Có ba yếu tố chính trong lời hứa ông nhận được: dân, đất và phước lành.

Dân

Con cháu của Áp-ra-ham sẽ trở thành một dân lớn, là dân sự của chính Đức Chúa Trời. Điều này sau đó được nhấn mạnh khi Chúa phán: "Ta sẽ lập giao ước cùng người, và cùng hậu tự ngươi trải qua các đời; ấy là giao ước đời đời, hầu cho ta làm Đức Chúa Trời của ngươi và của dòng dõi ngươi" (Sáng 17:7). Lời hứa được nhắc lại thường xuyên suốt Cựu Ước trong điệp khúc giao ước "Ta sẽ là Đức Chúa Trời của các ngươi, và các ngươi sẽ là dân Ta".

---

1. John R. W. Stott, *Understanding the Bible* (revised edition: London: Scripture Union, 1984), tr. 51.

Đất

Áp-ra-ham được truyền lệnh ra khỏi quê hương mà đi đến một vùng đất khác Chúa sẽ chỉ cho ông. Đây là Ca-na-an, miền đất hứa. Chúa phán với Áp-ra-ham: "Ta sẽ cho ngươi cùng dòng dõi ngươi xứ mà ngươi đương kiều ngụ, tức toàn xứ Ca-na-an, làm cơ nghiệp đời đời" (17:8).

Phước lành

Con cháu của Áp-ra-ham sẽ được ban phước, và qua họ "mọi dân tộc trên thế gian sẽ được phước". Sự rủa sả từ sự sa ngã sẽ được thay thế bằng phước lành của sự cứu rỗi. Ngay từ lúc đầu, kế hoạch cứu rỗi của Đức Chúa Trời đã mang tính toàn cầu, bao gồm mọi dân tộc. Điều này được nhấn mạnh khi Đức Chúa Trời đổi tên của tộc trưởng từ Áp-ram (nghĩa là "cha cao quý") sang Áp-ra-ham ("cha của nhiều dân tộc") (17:5).

Giao ước lớn này cũng có dấu hiệu đi kèm. Mọi bé trai người Y-sơ-ra-ên phải được cắt bì (17:10–11). Do đó, chúng mang trong mình dấu ấn nói lên mối liên hệ đặc biệt được thiết lập giữa Đức Chúa Trời và dân sự Ngài.

Vương quốc được hứa

Giao ước với Áp-ra-ham là lời hứa về vương quốc của Đức Chúa Trời: dân sự của Chúa (con cháu Áp-ra-ham) ở trong chỗ của Chúa (đất hứa) dưới sự cai trị của Ngài và do đó tận hưởng phước hạnh của Ngài. Đó là lời hứa đảo ngược những ảnh hưởng từ sự sa ngã.

Ắt hẳn rất khó để Áp-ra-ham tin rằng tất cả điều đó sẽ xảy ra, nhưng ông đã tin: "Áp-ram tin Đức Giê-hô-va, nên Ngài kể ông là người công chính" (15:6, BTTHĐ). Ông được Chúa chấp nhận, không phải vì ông tốt đẹp, nhưng bởi đức tin vào lời hứa của Chúa. Đó luôn luôn là phương cách cứu rỗi cho nhân loại tội lỗi. Chúng ta không bao giờ xứng đáng được bước vào gia đình của Đức Chúa Trời. Hy vọng duy nhất của chúng ta là tin vào Phúc Âm. Đối với Áp-ra-ham thể nào thì đối với chúng ta cũng vậy. Như chúng ta sẽ thấy trong chương kế tiếp, Phúc

Hình 13. Vương quốc được hứa

Vương quốc của Đức Chúa Trời	Dân sự của Chúa	Chỗ của Chúa	Sự cai trị và phước hạnh của Chúa
Kiểu mẫu của vương quốc	A-đam và Ê-va	Vườn Ê-đen	Lời Chúa; các mối liên hệ hoàn hảo
Vương quốc bị phá hủy	Không có ai	Bị đuổi	Bất tuân và rủa sả
Vương quốc được hứa	Con cháu Áp-ra-ham	Ca-na-an	Phước lành cho Y-sơ-ra-ên và các dân tộc

Âm được công bố cho ông lần đầu tiên đã được ứng nghiệm một phần, trong lịch sử Y-sơ-ra-ên, trong đất hứa Ca-na-an. Nhưng cuối cùng Phúc Âm đó bây giờ được ứng nghiệm trong Cứu Chúa Giê-xu. Áp-ra-ham, và những người tin cậy Chúa từ mọi dân tộc, là dân sự của Ngài; và chúng ta có thể mong chờ tận hưởng phước hạnh của Chúa cách đầy trọn, không phải trên đất, mà trên trời, tức Giê-ru-sa-lem mới (Hình 13).

Hình 14. Câu chuyện cho đến lúc này: lời hứa

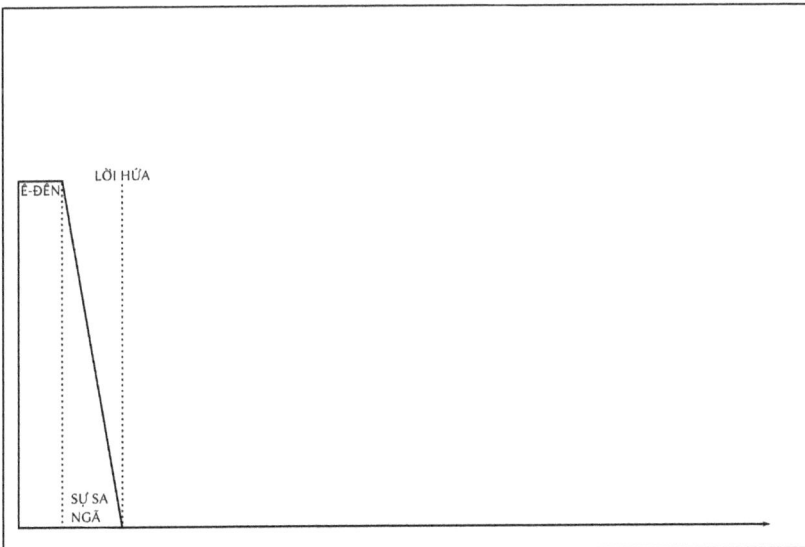

Học Kinh Thánh 📖

Sáng Thế Ký 17:1–8; Ga-la-ti 3:6–14

Sáng Thế Ký 17:1–8

Đức Chúa Trời xác nhận giao ước bằng cách nhắc lại lời hứa. Hãy liệt kê các lời hứa dưới ba tiêu đề sau:

• Dân

• Đất

• Phước hạnh

Ga-la-ti 3:6–14

Các tín hữu người Ga-la-ti đang bị dẫn đi sai lạc bởi sự dạy dỗ sai lầm rằng tin Đấng Christ thôi chưa đủ, mà còn phải giữ luật pháp Do Thái nữa, nếu họ muốn có mối liên hệ đúng đắn với Đức Chúa Trời. Phao-lô phản đối lời dạy này bằng cách hướng họ về Áp-ra-ham.

Tại sao những người đặt đức tin nơi Đấng Christ là con cháu thật của Áp-ra-ham?

"Cậy vào việc tuân giữ luật pháp" (câu 10) có nghĩa là gì? Ngày nay chúng ta làm điều đó như thế nào?

Tại sao làm như vậy là vô ích?

Bằng cách nào chúng ta có thể nhận lãnh phước hạnh của Chúa thay vì sự rủa sả của sự phán xét?

Bạn giải thích những lẽ thật của phân đoạn này cho một người chưa biết Chúa như thế nào?

Chương 4

Vương quốc chưa trọn vẹn

Có lẽ bạn đang thắc mắc không biết chúng ta có bao giờ đạt đến điểm cuối của hành trình đi qua Kinh Thánh không? Ba chương đầu chỉ mới đưa chúng ta đi một phần tư đoạn đường qua Sáng Thế Ký. Vẫn còn một chặng đường dài để đi: còn lại sáu mươi lăm sách và ba phần tư một quyển sách nữa. Tuy nhiên, xem xét chi tiết phần đầu của Kinh Thánh là điều quan trọng. Nó đặt nền tảng thiết yếu nếu chúng ta muốn hiểu phần còn lại của Kinh Thánh. Nhưng bạn đừng lo, kể từ bây giờ chúng ta sẽ di chuyển với tốc độ nhanh hơn nhiều. Nhiều sách trong Kinh Thánh hầu như không được đề cập tới, nếu có. Mục tiêu không phải là lạc mất trong chi tiết, mà là nhìn toàn cảnh câu chuyện Kinh Thánh: bức tranh lớn.

Tôi phải báo trước: đây là một chương dài. Không có gì ngạc nhiên cả. Chúng ta sẽ đi qua lịch sử của Y-sơ-ra-ên từ Áp-ra-ham đến đỉnh cao của chế độ quân chủ dưới thời Sa-lô-môn: một thời kỳ hơn 1000 năm. Có bốn yếu tố chính trong lời hứa về vương quốc Đức Chúa Trời. Chúng ta đã biết ba trong số đó: dân, đất và phước hạnh. Yếu tố thứ tư được thêm vào sau: lời hứa ban một vị vua. Mục tiêu của chương này là xem cách thức lời hứa về vương quốc được thực hiện một phần trong lịch sử Y-sơ-ra-ên. Chương này sẽ được chia thành bốn phần chính khi chúng ta xem xét sự ứng nghiệm lần lượt từng lời hứa. Tại một vài điểm của phần này trong Kinh Thánh, chúng ta thấy được sự ứng nghiệm của nhiều lời hứa, nhưng nhìn chung, có thể nói rằng trọng tâm của Sáng Thế Ký 12 đến Xuất 18 là lời hứa về "dân"; Xuất 19 đến hết Lê-vi Ký là lời hứa về sự "cai trị và phước hạnh"; Dân Số Ký đến Giô-suê là lời hứa về "đất"; và Các Quan Xét đến 2 Sử Ký là lời hứa về "vua" (Hình 15).

Hình 15. Lời hứa và lịch sử của Y-sơ-ra-ên

Dân sự của Chúa	Sáng Thế Ký 12 đến Xuất 18
Sự cai trị và phước lành của Chúa	Xuất 19 đến Lê-vi ký
Chỗ/ đất của Chúa	Dân Số Ký đến Giô-suê
Vua của Chúa	Các Quan Xét đến 2 Sử Ký

Dân sự của Đức Chúa Trời: Sáng 12–Xuất 18

Lời hứa

"Ta sẽ làm cho ngươi nên một dân lớn",

(Sáng 12:2)

"Ta sẽ nhận các ngươi làm dân Ta, và Ta sẽ làm Đức Chúa Trời của các ngươi".

(Xuất 6:7)

Sự Ứng Nghiệm Một Phần

Áp-ra-ham và Y-sác

Trọng tâm của Sáng 12 đến Xuất 18 là cách Đức Chúa Trời thực hiện lời hứa của Ngài với Áp-ra-ham, rằng con cháu ông sẽ thành một dân lớn, và đem đất nước Y-sơ-ra-ên trở thành dân tộc của chính Ngài (xem Hình 16). Nhưng điều đó không diễn ra cách suôn sẻ; có nhiều vấn đề tại mỗi ngã rẽ. Vấn đề đầu tiên là vấn đề cơ bản: Sa-ra vợ Áp-ra-ham hiếm muộn nên họ không có con. Lời hứa Phúc Âm hầu như có nguy cơ thất bại ngay khi lời hứa được công bố.

Áp-ra-ham quyết định đã đến lúc ông tự mình hành động, và ông ngủ với người hầu của Sa-ra là A-ga, sanh ra một con trai là Ích-ma-ên. Nhưng Đức Chúa Trời nói rõ rằng dân sự Ngài sẽ không ra từ Ích-ma-ên. Áp-ra-ham cần biết rằng, nếu Phúc Âm phải được ứng nghiệm, thì chỉ có thể được thực hiện bởi Đức Chúa Trời. Áp-ra-ham chỉ phải tin

Hình 16. Các tộc trưởng

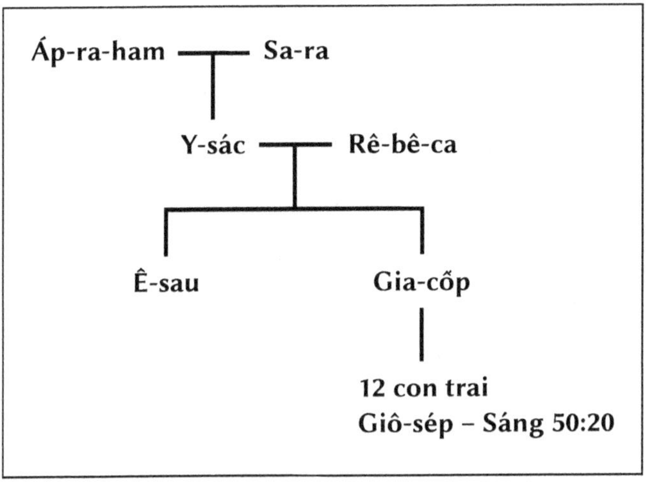

vào lời hứa của Đức Chúa Trời. Ngày nay chúng ta cần hiểu chính xác lẽ thật này: "Vì nhờ ân điển, bởi đức tin mà anh em được cứu, điều nầy không đến từ anh em mà là tặng phẩm của Đức Chúa Trời; cũng không do việc làm của anh em để không ai có thể tự hào" (Ê-phê-sô 2:8–9).

Nhiều năm cứ thế trôi qua, mà Sa-ra vẫn chưa có thai, nhưng một ngày nọ Đức Chúa Trời phán với Áp-ra-ham và bảo đảm với ông rằng, cho dù Sa-ra cao tuổi, bà sẽ sanh một con trai. Và, chắc chắn điều đó đã xảy ra. Có lần tôi nghe một người bạn mời chúng tôi hình dung cảnh tượng tại bệnh viện địa phương. Sa-ra, chín mươi tuổi, khập khiễng tựa vào chiếc khung bằng kim loại đi vào. Một y tá tốt bụng đến chào bà:

"Chào cụ ạ, có phải cụ muốn đến Khoa Lão không ạ?"

Sa-ra trả lời: "Không, tôi muốn đến Khoa Sản".

Y tá nói: "Đáng yêu quá! Có phải cụ đến thăm cháu cố không ạ?"

Sa-ra trả lời: "Không. Tôi đến đây để sanh em bé".

Bạn có thể tưởng tượng các y tá được một trận cười thỏa thích về chuyện đó trong giờ nghỉ giải lao. Họ không phải người đầu tiên cười ý nghĩ đó đâu. Áp-ra-ham cũng đã cười khi Chúa bảo ông điều đó sẽ xảy ra. Đó là lý do đứa bé được đặt tên Y-sác, nghĩa là "cười". Đó là một ý nghĩ buồn cười; một phụ nữ chín mươi tuổi sanh em bé là điều không thể xảy ra. Nhưng điều đó đã xảy ra. Ngay trong giai đoạn đầu này, chúng ta được dạy rằng để Phúc Âm được ứng nghiệm thì phép lạ phải xảy ra.

Cuối cùng, chuyến xe lửa Phúc Âm cũng đang bắt đầu tiến về phía trước. Còn cả một chặng đường dài trước khi đến đích trong Chúa Giê-xu, nhưng ít ra cuộc hành trình đã bắt đầu. Nhưng ngay khi chuyến xe rời ga, thì có vẻ như nó sẽ bị trật đường ray. Đức Chúa Trời bảo Áp-ra-ham dâng Y-sác làm của lễ (Sáng 22). Đây là một mệnh lệnh bất thường. Nếu Y-sác chết thì còn hy vọng gì nữa? Áp-ra-ham không hiểu tại sao Chúa bảo ông làm điều ấy, và ông vô cùng đau đớn khi nghĩ đến việc đó, nhưng ông vẫn sẵn sàng vâng lời. Chúng ta không nên hiểu sự kiện này chỉ như là một biểu hiện về tinh thần hết lòng vâng phục của Áp-ra-ham. Trên hết, nó bày tỏ đức tin của ông nơi lời hứa của Đức Chúa Trời. Ông biết rằng tương lai của lời hứa phụ thuộc vào sự sống còn của Y-sác, vì vậy ông tin rằng Chúa sẽ bảo vệ con ông bằng cách nào đó, hoặc kêu nó sống lại từ kẻ chết (xem Hê-bơ-rơ 11:17−19). Đức tin của ông được đặt đúng chỗ. Đến phút cuối cùng, Đức Chúa Trời cung cấp một con chiên đực để bị giết thay cho Y-sác. Chúng ta cần học từ tấm gương của Áp-ra-ham và tin cậy vào những lời hứa của Phúc Âm, ngay cả khi chúng ta không thể hiểu điều Chúa đang làm trong cuộc đời chúng ta.

Gia-cốp và Ê-sau

Áp-ra-ham qua đời và tương lai của lời hứa bây giờ tập trung vào Y-sác. Ông cưới Rê-bê-ca và họ có hai con trai, Gia-cốp và Ê-sau. Ê-sau là con trai trưởng, nhưng chính Gia-cốp mới là người nhận được phước lành của cha. Gia-cốp là người mà con cháu của ông sẽ thuộc dòng dõi của lời hứa và trở thành dân sự của Đức Chúa Trời. Tại sao Chúa chọn ông? Chắc chắn ông không phải là lựa chọn hiển nhiên: ông là con trai thứ và cũng là đứa con khó ưa. Tên ông nói lên tất cả: "kẻ lừa dối". Chính nhờ dối gạt mà ông được Y-sác già nua chúc phước (Sáng 27). Một lần nữa, chúng ta học được một nguyên tắc xuyên suốt Kinh Thánh: Đức Chúa Trời không chọn con người vì họ xứng đáng. Không ai trong chúng ta sẽ xứng đáng thuộc về Ngài. Phao-lô viết trong Rô-ma:

"Không những thế, khi Rê-bê-ca mang thai đôi bởi một người là Y-sác, tổ phụ chúng ta; dù hai con chưa được sinh ra, chưa làm điều lành hay điều dữ nào — để duy trì mục đích của Đức Chúa Trời trong việc lựa chọn, không tùy thuộc vào việc làm nhưng tùy thuộc Đấng kêu gọi — thì người mẹ đã được bảo trước rằng: 'Đứa lớn sẽ phục dịch đứa nhỏ'" (9:10–12, BTTHĐ). Nếu ngày nay chúng ta là Cơ Đốc nhân, đó không phải vì chúng ta tốt hơn một ai đó, nhưng chỉ bởi sự lựa chọn tối cao của Đức Chúa Trời.

Giô-sép

Gia-cốp có mười hai con trai. Họ còn lâu mới trở thành một dân lớn, nhưng lời hứa đang bắt đầu được thực hiện. Họ không phải là một đám con dễ thương. Giô-sép là đứa con được cha yêu nhất, nên các anh ganh tỵ với ông. Họ bán ông làm nô lệ và nói với Gia-cốp rằng Giô-sép đã chết. Giô-sép cuối cùng đến Ai Cập và chẳng bao lâu thì bị bỏ vào tù vì một chuyện ông không làm.

Chắc hẳn ông thường tự hỏi: "Đức Chúa Trời có thật đang cai trị không?" Có rất ít bằng chứng về điều này. Nhưng Chúa biết việc Ngài đang làm. Nếu Giô-sép không ở trong tù, ông đã không gặp quan tửu chánh của Pha-ra-ôn, người mà khi được thả khỏi ngục đã nói với Pha-ra-ôn về khả năng giải nghĩa chiêm bao của Giô-sép. Ông được triệu tập vào hoàng cung và giải thích cách chính xác các chiêm bao của Pha-ra-ôn, cảnh báo nhà vua về nạn đói sẽ đến. Giô-sép được ra tù, trở thành Thủ Tướng của Ai Cập và có những biện pháp bảo vệ đất nước khỏi ảnh hưởng của nạn đói.

Ca-na-an, nơi Gia-cốp và các con trai sống, thì không được may mắn như vậy. Nạn đói dọa giết chết họ, nghĩa là kết thúc hy vọng về sự ứng nghiệm của Phúc Âm. Họ đi xuống Ai Cập để mua lương thực và đối mặt với người em họ đã ngược đãi. Chẳng có gì ngạc nhiên, họ kinh hãi khi Giô-sép tiết lộ nhân thân thật của mình. Ông sẽ làm gì với họ? Ông làm họ yên lòng: "Các anh đừng sợ! Tôi thay thế cho Đức Chúa Trời được sao? Các anh định hại tôi, nhưng Đức Chúa Trời lại định cho nó thành điều lành để thực hiện việc đang xảy ra hôm nay, tức là bảo tồn sự sống cho bao nhiêu người" (Sáng 50:19–20, BTTHĐ).

Đức Chúa Trời nắm quyền kiểm soát suốt từ đầu. Ngài đã lo liệu để Giô-sép ở Ai Cập và cất nhắc lên chức vụ cao để ông có thể ở trong vị trí có thể giúp đỡ khi các anh đến và kết quả là dân sự còn phôi thai của Đức Chúa Trời được bảo toàn.

Đức Chúa Trời luôn cai trị để bảo đảm rằng những lời hứa Phúc Âm được bảo vệ. Có thể chúng ta không phải lúc nào cũng hiểu cách Ngài làm. Chúng ta có thể cảm thấy có những phương cách dễ dàng hơn mà Chúa có thể bảo vệ dân sự Ngài trong thời Giô-sép. Tại sao không giữ cho nạn đói không ảnh hưởng đến Ca-na-an, thay vì để cho Giô-sép bị làm nô lệ và tù đày? Nhưng ngay cả khi chúng ta không hiểu mục đích của Đức Chúa Trời, chúng ta vẫn có thể chắc chắn rằng những mục đích đó đầy yêu thương và rằng chúng luôn bảo đảm để ý muốn của Ngài được thực hiện. Không gì có thể ngăn cản Đức Chúa Trời thực hiện lời hứa Phúc Âm của Ngài, cho dù đó là sự gian ác của con người, nạn đói khủng khiếp, hay bất cứ điều gì khác.

"Ta là Đấng Tự Hữu Hằng Hữu"

Gia-cốp và toàn bộ gia đình đi xuống Ai Cập để ở với Giô-sép và định cư ở đó. Bắt đầu sách Xuất Ê-díp-tô ký, chủ nhà đã bắt con cháu họ làm nô lệ và đối xử tàn nhẫn. Đức Chúa Trời phải giải phóng họ nếu họ là dân sự của Ngài như Ngài đã hứa. Qua nhiều năm tháng nô lệ, họ phải tự hỏi không biết Ngài có quên lời hứa, nhưng Đức Chúa Trời không bao giờ quên. "Dân Y-sơ-ra-ên than thở kêu van vì phải phục dịch khổ sở; tiếng kêu van lên thấu Đức Chúa Trời. Ngài nghe tiếng than thở chúng, nhớ đến sự giao ước mình kết lập cùng Áp-ra-ham, Y-sác và Gia-cốp. Đức Chúa Trời đoái lại dân Y-sơ-ra-ên, nhận biết cảnh ngộ của chúng" (Xuất 2:23–25).

Đức Chúa Trời bắt đầu chiến dịch giải cứu bằng cách hiện ra với Môi-se trong bụi gai cháy tại Hô-rếp (một tên gọi khác của Si-nai). Ngài bảo ông đi yêu cầu Pha-ra-ôn thả dân sự. Và Ngài tiết lộ danh xưng mới cho Môi-se: "Ta Là Đấng Tự Hữu Hằng Hữu" hoặc "Ta là Đấng Đời Đời" (Xuất 3:14).

Không có nguyên âm trong tiếng Hê-bơ-rơ (YHWH), nên không thể biết chính xác đó là từ gì. Một số bản dịch cũ ghi là "Giê-hô-va". Các học giả hiện đại hay nói về "Gia-vê". Khi từ này xuất hiện trong bản dịch Kinh Thánh Anh ngữ của chúng ta, thì hầu như đều là từ "LORD" (CHÚA) được viết hoa. Đây là một danh xưng lạ mà Đức Chúa Trời tự xưng. Dường như Ngài đang nói rằng không có một tên riêng lẻ nào có thể chứa đựng bản tánh của Ngài. Nếu chúng ta muốn biết Ngài là ai, chúng ta phải xem Ngài hành động trong lịch sử vì dân sự Ngài. "TA LÀ ĐẤNG ĐỜI ĐỜI. Ngươi có muốn biết Ta là ai không Môi-se? Vậy thì hãy nhìn xem Ta; xem điều Ta sẽ làm trong tương lai. Rồi người sẽ biết Ta là Đức Chúa Trời như thế nào".

Kinh Thánh không chỉ kể câu chuyện về công việc cứu rỗi của Đức Chúa Trời; mà đồng thời còn bày tỏ bản tánh của Đức Chúa Trời. Từ đầu đến cuối Ngài là vị anh hùng của Kinh Thánh. Đôi khi chúng ta không hiểu vì quá nhanh nhảu hỏi: "Điều này đang nói gì với tôi?" Câu hỏi hay đầu tiên nên hỏi mỗi khi chúng ta đọc một đoạn Kinh Thánh là: "Đoạn này cho tôi biết gì về Đức Chúa Trời?" Thường thì sau đó phần áp dụng cho chúng ta sẽ trở nên rõ ràng. Trên hết, Kinh Thánh là quyển sách nói về Đức Chúa Trời.

Cứu rỗi nhờ sự thay thế (Lễ Vượt Qua)

Môi-se đến trước Pha-ra-ôn và trình bày mệnh lệnh của Chúa rằng dân sự của Ngài phải được giải thoát. Pha-ra-ôn trả lời cách khinh suất: "Giê-hô-va là ai mà trẫm phải vâng lời người, để cho dân Y-sơ-ra-ên đi?" (Xuất 5:2). Ông ta mau chóng nhận biết Ngài là ai. Đức Chúa Trời giáng mười tai vạ khủng khiếp trên Ai Cập. Các tai vạ chứng minh quyền năng mạnh mẽ của Chúa. Mỗi lần như vậy, Pha-ra-ôn ngang bướng khước từ việc để cho Y-sơ-ra-ên đi, nhưng lần thứ mười và tai vạ cuối cùng phá vỡ sự chống cự của ông. Vào một đêm kinh hoàng, Đức Chúa Trời đoán phạt khắp cả xứ và mọi con trai đầu lòng người Ai Cập bị giết chết. Các con đầu lòng của người Y-sơ-ra-ên cũng đáng chết vì chúng cũng là tội nhân. Nhưng Đức Chúa Trời nhân từ ban cho họ một lối thoát. Mỗi gia đình phải giết một con chiên thay thế và bôi huyết con chiên lên khung cửa. Môi-se nói với họ: "Khi CHÚA đi qua xứ để hình phạt người Ai-cập, Ngài sẽ vượt qua nhà nào khi thấy khung cửa nhà ấy có bôi huyết trên thanh ngang và hai thanh dọc. Ngài sẽ không cho phép đấng Hủy Diệt vào nhà để giết hại" (Xuất 12:23, BDM).

Trong việc này, tức hành động giải cứu lớn lao của Đức Chúa Trời trong thời Cựu Ước, người Y-sơ-ra-ên được dạy một nguyên tắc quan trọng: Chúa cứu bằng sự thay thế. Dân sự Ngài đáng chết vì tội lỗi, nhưng người khác chết thay. Chúng ta đang được chuẩn bị cho một hành động giải cứu vĩ đại hơn, mà Lễ Vượt Qua chỉ là hình bóng. Con chiên Lễ Vượt Qua chết vì tội của người khác thể nào, thì Chúa Giê-xu cũng chết thay thể ấy. Khi Giăng Báp-tít thấy Ngài, ông nói: "Kìa Chiên Con của Đức Chúa Trời, là Đấng cất tội lỗi thế gian đi!" (Giăng 1:29). Không phải ngẫu nhiên mà Chúa Giê-xu chết vào thời điểm Lễ Vượt Qua (Ma-thi-ơ 26:19; Giăng 19:31). Việc giải cứu dân Y-sơ-ra-ên khỏi Ai Cập hướng đến sự giải cứu lớn hơn khi Chúa Giê-xu hoàn tất trên thập tự giá. Phao-lô nói cách rõ ràng: "Vì Đấng Christ, Chiên Con lễ Vượt Qua của chúng ta đã được dâng làm sinh tế rồi" (1 Cô-rinh-tô 5:7, BTTHĐ).

Được cứu nhờ chinh phục (băng qua Biển)

Pha-ra-ôn đã suy nghĩ lại ngay khi ông để cho đám nô lệ ra đi. Ông sai quân đội đuổi theo và họ nhanh chóng bắt kịp. Tình thế không hay. Người Y-sơ-ra-ên đối diện với "Biển Đỏ" (có lẽ là một lạch nước tại đầu mút phía bắc của Vịnh Suez), còn lính Ai Cập ở phía sau. Họ không có năng lực tự cứu mình, nhưng Đức Chúa Trời đã can thiệp. Ngài rẽ biển để người Y-sơ-ra-ên có thể đi bộ qua. Nhưng khi người Ai Cập đi theo thì biển ùa trở lại và nhận chìm họ.

Chắc chắn giờ thì Pha-ra-ôn biết Đức Giê-hô-va là ai. Ngài đã cứu dân Ngài bằng cách đánh bại kẻ áp bức họ và bày tỏ cho thấy Ngài là Đức Chúa Trời tối cao, hùng mạnh hơn các thế lực của con người và tự nhiên.

Một lần nữa, hành động cứu rỗi đó hình bóng về điều Đức Chúa Trời hoàn tất qua sự chết của Chúa Giê-xu. Chúng ta bị nô lệ cho quyền lực của tội lỗi và ma quỷ, nhưng Đức Chúa Trời đã đánh bại chúng qua thập tự giá và giải phóng chúng ta. Phao-lô viết: "... đã phế bỏ các quyền thống trị, các thế lực [thế lực tâm linh xấu xa], dùng thập tự giá chiến thắng chúng, và bêu chúng ra giữa thiên hạ" (Cô-lô-se 2:15, BTTHĐ).

Hình 17. Sách Xuất Ê-díp-tô Ký

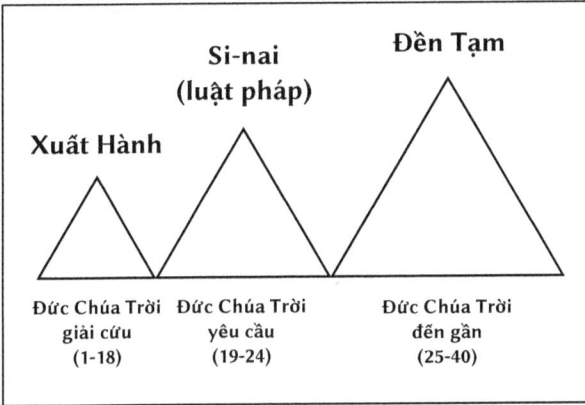

Xuất Hành

Si-nai
(luật pháp)

Đền Tạm

Đức Chúa Trời
giải cứu
(1-18)

Đức Chúa Trời
yêu cầu
(19-24)

Đức Chúa Trời
đến gần
(25-40)

Dân sự của Đức Chúa Trời

Dân Y-sơ-ra-ên không đi thẳng vào đất hứa. Ngược lại, họ đi gặp Chúa tại Núi Si-nai, nơi Chúa đã hiện ra với Môi-se trong bụi cây. Đức Chúa Trời nói với họ: "Các ngươi đã thấy điều ta làm cho người Ê-díp-tô, ta chở các ngươi trên cánh chim ưng làm sao, và dẫn các ngươi đến cùng ta thế nào" (Xuất 19:4). Bởi hành động cứu rỗi, Ngài đã giải phóng họ khỏi người Ai Cập và làm cho họ trở thành dân đặc biệt của chính Ngài. "Lời hứa về dân" đã được thực hiện. Nhưng còn có nhiều điều nữa. Cuộc xuất ra khỏi Ai Cập không phải là đỉnh điểm của sách được đặt tên theo sự kiện đó; nó chỉ chiếm mười tám đoạn đầu của sách. Phần còn lại tập trung vào việc ban luật pháp và xây dựng đền tạm. Đức Chúa Trời không chỉ là một Đức Chúa Trời giải cứu; Ngài cũng là một Đức Chúa Trời có những yêu cầu và đến gần dân Ngài. Ngài muốn ban phước cho dân sự Ngài.

Quyền Cai Trị và Phước Lành của Đức Chúa Trời

Lời hứa

"Ta sẽ ban phước cho ngươi".

(Sáng 12:2)

Ứng nghiệm một phần

Chúng ta thường có thái độ tiêu cực đối với nhà cầm quyền và cho rằng nhà cầm quyền luôn luôn đàn áp. Nhưng không có gì tiêu cực khi ở dưới sự lãnh đạo của Đức Chúa Trời. Trong Kinh Thánh, ở dưới sự cai trị của Chúa là tận hưởng phước lành của Ngài. Khi A-đam và Ê-va vâng theo mạng lệnh của Chúa không ăn trái của cây biết điều thiện và điều ác, họ nhận biết cuộc sống ở mức tốt đẹp nhất: tận hưởng mối liên hệ với Đấng tạo dựng họ với sự hiện diện của Ngài trong vườn Ê-đen. Luật pháp của Chúa là vì ích lợi của họ. Chỉ khi họ không vâng theo luật pháp thì mới phải đối diện sự rủa sả của Chúa và bị đuổi khỏi sự hiện diện của Ngài: Ngài không thể tiếp tục sống giữa những người chống nghịch Ngài. Vì vậy, nếu dân Y-sơ-ra-ên muốn biết phước lành của Chúa, họ phải được đem trở về dưới sự cai trị của Ngài. Chỉ khi đó, họ mới có thể vui hưởng mối liên hệ với Chúa và nhận biết sự hiện diện của Ngài với họ. Nếu việc khước từ luật pháp của Chúa đem đến sự chết và rủa sả (xa cách Đức Chúa Trời), thì việc khôi phục luật pháp đem lại sự sống và phước lành (mối liên hệ với Chúa khi Ngài đến gần trở lại). Do đó, "lời hứa phước lành" được ứng nghiệm chủ yếu trong giai đoạn lịch sử của Y-sơ-ra-ên theo hai cách: qua việc ban hành luật pháp của Chúa trên Núi Si-nai và sau đó qua việc Ngài hiện diện giữa dân sự trong đền tạm.

Luật pháp của Đức Chúa Trời

Luật pháp được Đức Chúa Trời ban trên Núi Si-nai. Luật pháp không phải là phương tiện để mọi người được hòa thuận với Đức Chúa Trời. Dân Y-sơ-ra-ên đã là dân của Đức Chúa Trời nhờ ân điển của Ngài. Đức Chúa Trời nhắc họ nhớ lẽ thật này trong phần giới thiệu Mười Điều Răn. Trước khi Ngài ban bố luật pháp, Ngài bắt đầu bằng câu nói: "Ta là Giê-hô-va Đức Chúa Trời ngươi, đã rút ngươi ra khỏi xứ Ê-díp-tô, là nhà nô lệ" (Xuất 20:2). Ngài cứu chuộc họ trước khi họ nhận luật pháp. Sự vâng phục của họ không phải là một nỗ lực bức thiết để được cứu; đó chỉ là đáp ứng đối với sự cứu rỗi Ngài đã hoàn tất cho họ. Nhưng nếu vâng phục luật pháp không phải là con đường trở thành thành viên trong dân sự giao ước của Chúa, thì đó là điều kiện để tận hưởng phước lành trong giao ước. Đức Chúa Trời hứa ban phước cho dân sự Ngài, đổi lại họ phải vâng lời Ngài: "… nếu các ngươi vâng lời ta và giữ sự giao ước ta, thì trong muôn dân, các ngươi sẽ thuộc riêng về ta" (Xuất 19:5).

Hình 18. Luật pháp của Chúa trong Kinh Thánh

Luật pháp chỉ ra tội lỗi của chúng ta. "… vì chẳng có một người nào bởi việc làm theo luật pháp mà sẽ được xưng công bình trước mặt Ngài, vì luật pháp cho người ta biết tội lỗi" (Rô-ma 3:20).

Luật pháp bày tỏ Chúa Cứu Thế của chúng ta. "… chúng ta bị nhốt và canh giữ dưới luật pháp cho đến khi đức tin được bày tỏ. Như thế, luật pháp là người hướng dẫn chúng ta đến Đấng Christ" (Ga-la-ti 3:23–24). Vai trò của luật pháp là chuẩn bị chúng ta cho Đấng Christ. Luật pháp cáo trách chúng ta về tội lỗi và giúp chúng ta nhìn thấy nhu cầu cần Chúa Giê-xu, Chúa Cứu Thế. Mặc dù Ngài luôn vâng theo luật pháp, nhưng Ngài đã đối diện với sự trừng phạt vì vi phạm luật pháp thế cho những người khác: "Đấng Christ đã chuộc chúng ta khỏi sự rủa sả của luật pháp khi Ngài chịu rủa sả thế cho chúng ta" (Ga-la-ti 3:13).

Luật pháp chỉ ra tiêu chuẩn của Đức Chúa Trời. Luật pháp không đơn thuần chỉ cho chúng ta tội lỗi và Chúa Cứu Thế; mà còn cho chúng ta biết cách Chúa muốn chúng ta sống. Chúa Giê-xu ban lệnh cho môn đồ Ngài phải vâng theo yêu cầu của luật pháp (Ma-thi-ơ 5:17–20). Bất cứ khi nào có thể, chúng ta cũng phải áp dụng những tiêu chuẩn của Chúa trong chỗ công cộng: công sở, trường học và xã hội nói chung.[1]

Là dân sự của Đức Chúa Trời, họ phải sống theo một cách nhất định. Khi vua George VI còn là một cậu bé, mẹ của cậu là Hoàng Hậu Mary thường nhắc cậu nhớ trước khi một sự kiện của công chúng diễn ra: "Bertie, đừng bao giờ quên con là ai". Cậu là hoàng tử vương giả và phải cư xử cho phù hợp. Tương tự, "dân thánh" của Đức Chúa Trời, được biệt riêng để thuộc về Ngài, phải phản ánh bản tánh của Đức Chúa Trời thánh khiết. Ngài nói với họ: "… phải thánh, vì Ta là thánh" (Lê-vi-ký 11:44, BTTHĐ). Luật pháp nhắm để dạy họ điều đó có nghĩa gì trong thực tế. Chúa Giê-xu nói rằng tất cả các mạng lệnh đều dựa trên hai nguyên tắc: "Ngươi phải hết lòng, hết linh hồn, hết tâm trí mà kính mến Chúa là Đức Chúa Trời ngươi" và "Ngươi phải yêu người lân cận như chính mình" (Ma-thi-ơ 22:37, 39).

---

1. Xem C. J. H. Wright, *Living as the People of God* (Leicester: IVP, 1984).

Sự hiện diện của Chúa

Vì dân sự của Chúa lại ở dưới sự cai trị của Ngài, nên họ có thể tận hưởng sự hiện diện của Ngài một lần nữa. Mục đích của sự cứu chuộc là mối liên hệ. Đức Chúa Trời hướng dẫn Môi-se cách xây dựng đền tạm, là cái lều trong đó sự hiện diện của Ngài được tập trung ở giữa họ khi họ hướng đến đất hứa (Hình 19).

Đền tạm bao gồm sân và một cái lều bên trong, được ngăn thành hai phần: "Nơi Thánh" và "Nơi Chí Thánh". Bên trong Nơi Thánh là chiếc bàn có "bánh của sự hiện diện" (bánh trần thiết), mười hai ổ. Nó nhắc họ nhớ rằng Đức Chúa Trời sẽ chu cấp cho họ mọi nhu cầu. Dọc theo đó là chân đèn vàng, tượng trưng cho sự bảo vệ liên tục của Chúa để giữ họ khỏi nguy hiểm, và bàn thờ xông hương, để cho họ ý thức về sự gần gũi của Chúa. Một bức màn che lối vào Nơi Chí Thánh. Chỉ có một món đồ bên trong: hòm giao ước. Nếu cái bàn nói về sự chu cấp và chân đèn nói về sự bảo vệ của Đức Chúa Trời, thì hòm giao ước nói đến sự hiện diện của Ngài. Đó là một cái rương, dài khoảng 130cm, rộng và cao 60cm. Bên trong hòm là các bảng đá trên đó Đức Chúa Trời khắc Mười Điều Răn. Trên hòm có một nắp rời, được gọi là "nắp thi ân" hoặc "nắp chuộc tội". Ở hai đầu là tượng chê-ru-bim (tạo vật thiên thượng). Các cánh của chê-ru-bim ở trên hòm giao ước xòe ra theo chiều ngang phủ nắp thi ân để tạo thành ngai của một Đức Chúa Trời vô hình. Chúa bảo Môi-se: "Ta sẽ gặp ngươi tại đó, và ở trên nắp thi ân, giữa hai tượng chê-ru-bim, trên hòm bảng chứng" (Xuất 25:22). "Vinh quang" của Ngài bao phủ đền tạm và ở với họ (Xuất 40:34–38). Đức Chúa Trời lại ở giữa dân sự Ngài.

Hình 19. Đền Tạm

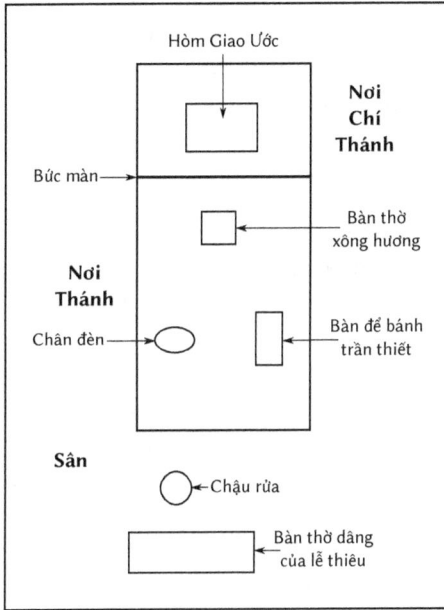

Các tế lễ

Sự hiện diện của Chúa với dân sự Ngài là điều tuyệt vời, nhưng cũng tạo nan đề. Làm thế nào một Đức Chúa Trời thánh khiết có thể sống giữa một dân tộc tội lỗi mà không tiêu diệt họ? Ngay từ đầu, dân Y-sơ-ra-ên đã không thể vâng giữ luật pháp của Chúa, và đáng phải đối diện với sự đoán phạt của Ngài. Hệ thống dâng tế lễ nhằm giải quyết vấn đề này. Các tế lễ được dâng trong đền tạm mỗi ngày vì tội lỗi của dân sự. Mỗi năm cũng có Ngày Lễ Chuộc Tội (Lê-vi Ký 16), ngày mà thầy tế lễ thượng phẩm phải lấy hai con dê. Ông phải giết con đầu tiên làm của lễ chuộc tội cho dân sự, rồi rảy huyết nó trên nắp chuộc tội trong Nơi Chí Thánh. Dân Y-sơ-ra-ên đáng phải chết vì tội của họ, nhưng Đức Chúa Trời chu cấp con dê làm vật thay thế, chết thế chỗ của họ. Huyết nói đến sự sống bị hy sinh vì tội lỗi: "vì sanh mạng của xác thịt ở trong huyết; ta đã cho các ngươi huyết rưới trên bàn thờ đặng làm lễ chuộc tội cho linh hồn mình; vì nhờ sanh mạng mà huyết mới chuộc tội được" (Lê-vi Ký 17:11). Dân sự có thể sống vì con thú đã chết. Kết quả của sự chuộc tội (sự giải hòa, hay làm một, với Đức Chúa Trời) được nhìn thấy trong điều xảy ra với con dê thứ hai. Tội lỗi của dân sự được xưng ra trên con dê thứ hai, rồi đuổi nó đi xa. Đức Chúa Trời đã giải quyết tội lỗi và do đó, có thể tiếp tục sống với dân Y-sơ-ra-ên.

Một tế lễ tốt hơn

Đức Chúa Trời sống với dân sự Ngài trong đền tạm, nhưng họ không dám đến quá gần Ngài. Chỉ có một người, mỗi năm một lần, có thể vào Nơi Chí Thánh: thầy tế lễ thượng phẩm vào Ngày Lễ Chuộc Tội. Các tế lễ cho phép một mức độ nào đó trong mối liên hệ với Đức Chúa Trời, chứ không phải mối liên hệ gần gũi. Chúng không hề giải quyết tội lỗi cách trọn vẹn. Chúng hướng xa hơn đến tế lễ hoàn hảo mà Đấng Christ đem đến qua sự chết của Ngài trên thập tự giá. Sự chết của Ngài giải quyết tội lỗi một lần đủ cả; không cần phải lặp lại. Nó mở ra con đường đến sự hiện diện của Đức Chúa Trời "bên kia bức màn" cho những ai tin cậy Ngài. Khi Ngài chết, bức màn trong đền thờ (một công trình kiến trúc lâu dài tại Giê-ru-sa-lem, sau này thay thế cho đền tạm) bị Đức Chúa Trời xé làm hai (Mác 15:58). Hình ảnh tượng trưng rất mạnh mẽ. Cánh cửa bước vào sự hiện diện của Chúa giờ đây rộng mở cho tất cả những ai sẽ bước vào: "... chúng ta nhờ huyết Đức Chúa Jêsus được dạn dĩ vào Nơi Chí Thánh, bởi con đường mới và sống mà Ngài đã mở cho chúng ta ngang qua cái màn" (Hê-bơ-rơ 10:19–20, BTTHĐ).

Hình 20. Tế lễ trong Kinh Thánh

Xuyên suốt Kinh Thánh, Đức Chúa Trời cứu qua việc cung ứng vật chết thay cho người khác. Các tế lễ khác nhau trong Cựu Ước cho thấy trước tế lễ hoàn hảo mà Chúa Giê-xu dâng lên khi Ngài chết trên cây thập tự.

- Tế lễ cho một người: Áp-ra-ham và Y-sác (Sáng 22)

- Tế lễ cho một gia đình: Lễ Vượt Qua (Xuất 12)

- Tế lễ cho một dân tộc: Đại Lễ Chuộc Tội (Lê-vi Ký 22)

- Tế lễ cho cả thế gian: sự chết của Chúa Giê-xu (Giăng 1:29; 1 Giăng 2:2)

Học Kinh Thánh 📖

Xuất 19:1–13; 20:1–17

19:1–13

Đoạn Kinh Thánh này dạy chúng ta điều gì về Đức Chúa Trời?

Điều này thách thức cách chúng ta thường nghĩ về Ngài như thế nào?

Chúng ta phải có mối liên hệ ra sao với một Đức Chúa Trời như thế?

Đức Chúa Trời đã làm gì cho dân Y-sơ-ra-ên (xem 20:2)?

Ngài hứa làm gì trong tương lai?

Những lời hứa này có liên hệ với những lời Ngài đã hứa với Áp-ra-ham như thế nào (Sáng 12:1–3)?

Dân sự phải làm gì? Họ có thể làm được không?

Những lời hứa của Chúa có thể được ứng nghiệm như thế nào?

20:1–17

Bạn đã vâng theo bao nhiêu điều răn trong Mười Điều Răn?

Tại sao là Cơ Đốc nhân, chúng ta nên làm theo những điều răn đó?

Điều nào bạn thấy thật khó làm theo?

Những bước thực tiễn nào bạn phải làm để đảm bảo rằng bạn vâng theo những mạng lệnh này hơn nữa?

Chỗ của Đức Chúa Trời

Lời hứa

"Ta sẽ ban cho dòng dõi ngươi đất này"
(Sáng 12:7)

Sự hoàn thành một phần

Một khi luật pháp đã được ban hành và đền tạm được xây dựng, thì dân Y-sơ-ra-ên là dân sự của Đức Chúa Trời ở dưới sự cai trị của Ngài, tận hưởng phước lành đến từ sự hiện diện của Ngài với họ. Nhưng họ là một dân chưa có đất. Phần tiếp theo trong lịch sử Kinh Thánh tập trung vào việc họ đi vào đất hứa.

Dân Số Ký: bất tuân và trì hoãn

Sau khi đi vòng lại để gặp Đức Chúa Trời tại Núi Si-nai, chúng ta thấy dân Y-sơ-ra-ên sẵn sàng bắt đầu cuộc hành trình đến Ca-na-an ngay đầu sách Dân Số Ký. Đám đông nhốn nháo từ Ai Cập bây giờ có tổ chức và bắt đầu có vẻ như một đoàn quân hùng dũng. Khi họ khởi hành, Đức Chúa Trời đi trước họ trong trụ mây (Dân 10:11–12). Chắc chắn bây giờ không gì có thể sai trật được nữa. Chúng ta mong chờ họ đi đến đích trong vòng vài tháng, nhưng thật sự họ mất đến bốn mươi năm.

Chỉ vài giờ sau khi khởi hành, họ bắt đầu cằn nhằn về chất lượng thức ăn và về sự lãnh đạo của Môi-se. Giọt nước cuối cùng là khi một vài người đi do thám Ca-na-an trở về. Họ báo cáo rằng đó là một vùng đất đượm "sữa và mật" và rằng "những người sống ở đó rất khỏe mạnh, thành trì thì rộng lớn và vững chắc" (Dân 13:27–28). Dân chúng khiếp sợ và từ chối đi vào xứ, nói rằng họ sẽ bị tiêu diệt. Họ nói "Chúng tôi quay trở lại Ai Cập không tốt hơn sao?" (xem 14:3, BTTHĐ). Phản ứng của họ không chỉ cho thấy lòng vô ơn quá đỗi, mà còn cả lòng vô tín. Hai thám tử, Giô-suê và Ca-lép, nài xin họ tin cậy Chúa: "... đừng sợ hãi dân xứ đó vì chúng sẽ làm đồ ăn cho chúng ta. Chúng không được che chở, bảo vệ nữa nhưng Đức Giê-hô-va ở cùng chúng ta" (14:9, BTTHĐ). Nhưng bất chấp mọi bằng chứng về quyền năng của Đức Chúa Trời họ đã nhìn thấy khi Ngài giải cứu khỏi Ai Cập, dân sự vẫn không tin Ngài. Đức Chúa Trời đáp ứng bằng cách đoán phạt họ. Toàn bộ thế hệ đó, trừ Ca-lép và Giô-suê, sẽ chết trước khi vào đất hứa.

Sứ đồ Phao-lô nói với chúng ta rằng số phận của họ là một lời cảnh báo cho chúng ta: "Mọi điều đó đã xảy ra để làm gương cho chúng ta, hầu cho chúng ta chớ buông mình theo tình dục xấu, như chính tổ phụ chúng ta đã buông mình" (1 Cô-rinh-tô 10:6). Nếu chúng ta có đức tin nơi Đấng Christ, chúng ta cũng được giải phóng khỏi ách nô lệ (của tội lỗi, chứ không phải của Ai Cập) bằng con sinh Lễ Vượt Qua (là Chúa Giê-xu, chứ không phải con chiên), và bắt đầu hành trình đến đất hứa (thiên đàng, không phải Ca-na-an). Chúng ta phải bảo đảm rằng mình không ngã vì tội lỗi hay lòng vô tín, nhưng cứ tin cậy Chúa cho tới khi đến đích.

Phục Truyền Luật Lệ Ký: phước lành và rủa sả

Sách Phục Truyền Luật Lệ Ký dẫn chúng ta đến ngay rìa xứ, trên đồng bằng Mô-áp cạnh sông Giô-đanh. Môi-se nói với dân sự lần cuối cùng trước khi ông qua đời. Nói với thế hệ tiếp nối, ông nài xin họ: "Đừng bỏ lỡ cơ hội như chúng tôi đã làm". Ông nhắc họ những gì Chúa đã phán và làm trong quá khứ, và thúc giục họ: "Bây giờ, tùy các ngươi tin và vâng lời; sống trong ánh sáng của Phúc Âm khi các ngươi vào đất hứa". "Vì ngươi là một dân thánh cho Giê-hô-va Đức Chúa Trời ngươi; Ngài đã chọn ngươi trong muôn dân trên mặt đất, đặng làm một dân thuộc riêng về Ngài... Vậy, hỡi Y-sơ-ra-ên, bây giờ Giê-hô-va Đức Chúa Trời ngươi đòi ngươi điều chi? há chẳng phải đòi ngươi kính sợ Giê-hô-va, Đức Chúa Trời ngươi, đi theo các đạo Ngài, hết lòng hết ý kính mến và phục sự Giê-hô-va, Đức Chúa Trời ngươi, giữ các điều răn và luật lệ của Đức Giê-hô-va, ...?" (Phục 7:6; 10:12–13).

Cái giá phải trả hơi cao. Một mặt, nếu họ vâng lời, họ sẽ được ban phước: "Nếu ngươi nghe theo tiếng phán của Giê-hô-va Đức Chúa Trời ngươi cách trung thành, cẩn thận làm theo mọi điều răn của Ngài, mà ta truyền cho ngươi ngày nay, thì Giê-hô-va Đức Chúa Trời ngươi sẽ ban cho ngươi sự trổi hơn mọi dân trên đất" (28:1). Rồi Môi-se đưa ra một danh sách dài các phước lành họ có thể mong đợi. Nhưng mặt khác, "... Nhưng nếu ngươi không nghe theo tiếng phán của Giê-hô-va Đức Chúa Trời ngươi, không cẩn thận làm theo các điều răn và luật pháp của Ngài.... mọi sự rủa sả sẽ giáng xuống trên mình ngươi và theo kịp ngươi..." (28:15). Danh sách theo sau thật đáng sợ và kết thúc với lời hứa Chúa sẽ đuổi họ ra khỏi đất hứa: "Các ngươi sẽ bị truất khỏi xứ mà mình vào nhận lấy, và Đức Giê-hô-va sẽ tản lạc ngươi trong các dân, từ cuối đầu nầy của đất đến cuối đầu kia" (28:63–64).

Vậy nên, một dấu chấm hỏi lớn lơ lửng trên dân Y-sơ-ra-ên khi họ chuẩn bị vào đất hứa. Họ sẽ sống như thế nào khi họ vào đến đó? Họ có giữ giao ước và thịnh vượng không? Hay họ sẽ bất tuân và bị trục xuất ra khỏi xứ?

Giô-suê: cuộc chinh phục

Khi Môi-se chết, Giô-suê kế vị ông, và dưới sự lãnh đạo của ông mà cuối cùng dân Y-sơ-ra-ên vào được Ca-na-an. Họ đánh bại các dân tộc đã ở đó trước, và chiếm lấy xứ cho mình. Khi chinh phục xứ, chắc chắn họ biết rằng cuộc chinh phục không phải là chiến thắng của chính họ. Họ bất lực, nhưng Đức Chúa Trời thì mạnh sức. Điều đó được nhìn thấy rõ trong việc vây hãm thành Giê-ri-cô, khi Chúa khiến tường thành đổ sập trước mặt họ.

Đôi tai hiện đại của chúng ta lùng bùng khi nghe Chúa truyền lệnh cho dân Y-sơ-ra-ên tiêu diệt cư dân đang sống trong xứ. Nghe như một cuộc thanh trừng sắc tộc. Nhưng Đức Chúa Trời không bị thôi thúc bởi thành kiến về sắc tộc. Môi-se nói rằng "thật là bởi gian ác của các dân tộc đó, nên Đức Giê-hô-va mới đuổi chúng nó ra khỏi trước mặt ngươi" (Phục 9:4–5). Trong sự công chính trọn vẹn của Ngài, Đức Chúa Trời bị khiêu khích bởi sự gian ác kinh khủng của người Ca-na-an, bao gồm thờ lạy thần tượng, lối sống đồi bại và dâng con trẻ làm sinh tế. Ngài biết dân thánh của Ngài sẽ bị hư hỏng bởi sự gian ác như thế nếu Ngài để cho sự gian ác ở lại trong xứ. Đó chính là điều đã thực sự xảy ra. Người Y-sơ-ra-ên không vâng theo mạng lệnh tiêu diệt hoàn toàn người Ca-na-an, nên họ gây ảnh hưởng đồi bại trên Y-sơ-ra-ên trong suốt nhiều năm.

Sách Giô-suê đi đến phần kết thúc với lời ghi chú đầy hào hứng: "... Đức Giê-hô-va ban cho Y-sơ-ra-ên cả xứ mà Ngài đã thề ban cho tổ phụ họ. Dân Y-sơ-ra-ên nhận làm sản nghiệp, và ở tại đó. Đức Giê-hô-va làm cho tứ phía đều được an nghỉ, y như Ngài đã thề cùng tổ phụ họ,... Trong các lời lành mà Đức Giê-hô-va đã phán cho nhà Y-sơ-ra-ên, chẳng có một lời nào là không thành: thảy đều ứng nghiệm hết" (Giô-suê 21:43–45). Đây là thời kỳ ứng nghiệm. Dân sự Chúa ở trong nơi của

Chúa dưới sự cai trị của Ngài và tận hưởng phước lành của Ngài ("yên nghỉ").

Nhưng có một điều cần lưu ý khi kết thúc sách. Giô-suê có bài giảng tạm biệt dân sự, hơi giống điều Môi-se làm trong Phục Truyền Luật Lệ Ký. Ông thôi thúc họ kính sợ Đức Chúa Trời và vâng theo luật pháp Ngài. Ông cảnh cáo họ rằng, nếu họ không vâng lời, họ sẽ bị trục xuất khỏi xứ: "... nếu các ngươi trở lòng và hiệp với phần còn lại của các dân tộc nầy ở giữa các ngươi... thì phải biết rõ ràng Giê-hô-va Đức Chúa Trời các ngươi chẳng còn cứ đuổi những dân tộc nầy khỏi trước mặt các ngươi nữa; nhưng chúng nó sẽ làm lưới và bẫy cho các ngươi,... cho đến chừng nào các ngươi bị diệt mất khỏi xứ tốt đẹp nầy mà Giê-hô-va Đức Chúa Trời các ngươi đã ban cho" (23:12–13). Dấu chấm hỏi vẫn còn đó. Họ có sẽ vâng lời Chúa không? Họ sẽ ở lại trong xứ được bao lâu?

Vua của Đức Chúa Trời

Lời hứa

Áp-ra-ham không được cho biết cách rõ ràng rằng dân sự của Chúa sẽ được cai trị bởi một vị vua, nhưng điều này được hé mở và nói rõ ở chỗ khác.

"... Người sẽ giày đạp đầu mầy".
(Sáng 3:15)

Đức Chúa Trời nói với con rắn rằng nó sẽ bị đánh bại bởi một người thuộc dòng dõi của Ê-va. Phần còn lại của Kinh Thánh có thể được xem như "cuộc tìm kiếm người đạp đầu rắn". Ai sẽ là người chiến thắng vĩ đại?

"Vương trượng chẳng rời xa Giu-đa,
Cây gậy chỉ huy không cách xa chân nó,
Cho đến khi Đấng Si-lô đến,
Và các dân vâng phục Đấng đó".
(Sáng 49:10)

Gia-cốp chúc phước cho con trai Giu-đa trước khi chết và nói rằng một trong những con cháu của Giu-đa sẽ cai trị mọi dân tộc đến đời đời.

Khi ngươi đã vào xứ mà Giê-hô-va Đức Chúa Trời ngươi ban cho, được nhận lấy và ở tại xứ đó rồi, nếu ngươi nói: Tôi sẽ lập một vua lên cai trị tôi, như các dân tộc chung quanh, thì khá lập một vua lên cai trị ngươi, mà Giê-hô-va Đức Chúa Trời ngươi sẽ chọn...

Vừa khi tức vị, vua phải chiếu theo luật pháp nầy mà những thầy tế lễ về dòng Lê-vi giữ, chép một bổn cho mình. Bổn ấy phải ở bên vua trọn đời, vua phải đọc ở trong, để tập biết kính sợ Giê-hô-va Đức Chúa Trời mình, cẩn thận làm theo các lời của luật pháp nầy,...

(Phục 17:14–20)

Trước khi Y-sơ-ra-ên vào đất hứa, Đức Chúa Trời hoạch định rằng họ phải được cai trị bởi một vị vua. Vị vua này không phải là một người tách rời khỏi Đức Chúa Trời, nhưng cai trị dưới quyền của Đức Chúa Trời, thuận phục Ngài và luật pháp của Ngài. Vì vậy, lời hứa về một vị vua thật sự là một tập hợp con trong lời hứa về quyền cai trị và phước lành của Đức Chúa Trời. Chúa cai trị trong nước của Ngài qua một vị vua.

Ứng nghiệm một phần

Các Quan Xét: chu trình của tội lỗi và ân sủng

Các Quan Xét kể câu chuyện của dân Y-sơ-ra-ên trong đất hứa nhiều năm sau khi Giô-suê qua đời. Câu chuyện khiến người đọc buồn rầu. Dân sự không chú ý đến những lời cảnh cáo của Môi-se và Giô-suê, mà chống nghịch sự cai trị của Đức Chúa Trời. Cùng một chu trình cứ lặp đi lặp lại suốt cả sách. Dân Y-sơ-ra-ên xây bỏ Đức Chúa Trời và phục vụ các thần khác. Đức Chúa Trời đáp lại bằng cách đoán phạt họ và để cho họ bị kẻ thù đánh bại. Rồi họ kêu cầu cùng Chúa, và Ngài đáp lời bằng cách dấy lên một "quan xét" hay "người cai trị". Những quan xét này đánh bại kẻ thù trong quyền năng của Thánh Linh Đức Chúa Trời và khôi phục hòa bình trong xứ, nhưng bình an chẳng bao giờ kéo dài được lâu. Dân sự lại mau chóng xây bỏ Chúa, và chu trình được lặp lại (chẳng hạn xem 3:7–12).

Tại sao Đức Chúa Trời lại bận tâm giải cứu dân Y-sơ-ra-ên sau khi họ tiếp tục không vâng lời? Các quan xét là dấu hiệu quan trọng về ân sủng của Đức Chúa Trời. Nhưng họ không phải là giải pháp cho các nan đề của Y-sơ-ra-ên. Dân Y-sơ-ra-ên gần như là một đám đông pha tạp chắc chắn không phải là những mẫu mực cho nếp sống tin kính. Giép-thê giết chính con gái mình, còn Sam-sôn là một hảo hán đại gái. Nếu chúng ta biến họ thành những anh hùng vĩ đại trong lớp Trường Chúa Nhật để học viên noi theo là chúng ta hiểu sai rồi. Mặc dù ngợi khen Chúa vì sự giải cứu của Ngài qua họ, nhưng chúng ta nên ao ước một lãnh đạo tốt hơn, là người sẽ mang đến một giải pháp lâu dài cho nan đề tội lỗi của Y-sơ-ra-ên; chúng ta nên mong ước một vị vua. Các Quan Xét hàm ý rằng mọi thứ sẽ tốt đẹp hơn nhiều nếu có một vị vua. Sách kết thúc với một vài từ xuất hiện bốn lần trong sách: "Đương lúc đó, không có vua trong Y-sơ-ra-ên; ai nấy làm theo ý mình lấy làm phải" (21:25).

1 Sa-mu-ên: một khởi đầu sai

Sa-mu-ên là quan xét vĩ đại nhất cai trị Y-sơ-ra-ên. Ông phục vụ Đức Chúa Trời suốt cuộc đời mình, nhưng khi về già, ông chỉ định hai người con trai xấu xa làm quan xét thay ông. Các trưởng lão của Y-sơ-ra-ên đến với ông và yêu cầu ông bổ nhiệm một vua cai trị họ "y như các dân tộc khác đã có rồi" (1 Sa 8:5). Đức Chúa Trời nổi giận với họ vì yêu cầu này, không phải vì họ muốn có vua mà vì động cơ của họ khi xin một vua. Họ muốn có một vua *thay vì* Đức Chúa Trời hơn là muốn một vua *ở dưới* Đức Chúa Trời. Với mong muốn giống các dân tộc khác, họ đang khước từ quyền cai trị của Chúa trên họ, điều khiến họ trở nên một dân đặc biệt. Họ muốn một chế độ quân chủ, thay vì chế độ thần quyền.

Bất chấp tội lỗi trong lời thỉnh cầu của họ, Đức Chúa Trời vẫn cho họ điều họ xin và Sau-lơ được xức dầu làm vua. Nhưng dân sự không được ban phước trong thời gian ông trị vì, do ông liên tục không vâng lời Chúa. Hậu quả là Chúa công bố bản án dành cho ông qua Sa-mu-ên: "Bởi ngươi đã từ bỏ lời của Đức Giê-hô-va, nên Ngài cũng từ bỏ ngươi không cho ngươi làm vua" (1 Sa 15:23).

Bây giờ trọng tâm hướng vào Đa-vít, người được xức dầu làm người kế thừa của Sau-lơ. Sự hiện diện của Chúa trên Đa-vít được thể hiện từ rất sớm khi ông một mình đánh bại Gô-li-át, anh hùng vĩ đại người Phi-li-tin (1 Sa 17). Nhưng, như Chúa Giê-xu (con cháu của Đa-vít) nhiều năm sau đó, ông khám phá ra rằng là người được xức dầu của Chúa không bảo đảm một con đường bằng phẳng suốt cuộc đời. Sau-lơ ganh tỵ với Đa-vít và tìm cách giết ông. Ông buộc phải sống như kẻ chạy trốn cho đến khi Sau-lơ chết trong trận chiến chống lại người Phi-li-tin. Khi đó, Đa-vít mới trở thành vua.

2 Sa-mu-ên: triều đại của Đa-vít

Cuối cùng, Y-sơ-ra-ên cũng có dạng vua Đức Chúa Trời muốn: "một người theo lòng Ngài" (1 Sa 13:14). Đa-vít không phải người trọn vẹn: sự tham dục dẫn ông đến tội tà dâm với Bát-sê-ba, rồi sau đó sắp đặt vụ giết chồng bà. Nhưng phần lớn cuộc đời mình, ông trung tín với Đức Chúa Trời, và vì vậy Chúa ban phước cho ông và qua ông Ngài ban phước cho dân sự. Lúc đầu, chỉ có chi phái Giu-đa của ông thừa nhận ông là vua của họ, nhưng vài năm sau, toàn Y-sơ-ra-ên đều đi theo ông. Ngay lập tức, ông thiết lập Giê-ru-sa-lem làm thủ phủ và bảo vệ hòa bình trong xứ. Hòm giao ước, tượng trưng cho sự hiện diện và quyền cai trị của Đức Chúa Trời, được đem vào trong thành. Đa-vít cai trị, không độc lập khỏi Chúa, mà ở dưới Đức Chúa Trời. Giê-ru-sa-lem không chỉ là thành của Đa-vít; đó là thành của Đức Chúa Trời. Y-sơ-ra-ên trước đây chưa bao giờ tận hưởng hòa bình và thịnh vượng như thế trong lịch sử. Đa-vít không phải người đạp đầu rắn của Sáng 3:15, hay người cai trị lớn từ chi phái Giu-đa được hứa trong Sáng 49:10. Có một người lớn hơn sẽ đến như Đức Chúa Trời đã nói rõ qua tiên tri Na-than.

Đức Chúa Trời nhấn mạnh các lời hứa giao ước Ngài lập với Áp-ra-ham trong Sáng 12 (2 Sa 7:9–11) và nói tiên tri về vị vua tương lai thậm chí còn lớn hơn Đa-vít rất nhiều (câu 11–16). Rõ ràng tương lai của giao ước phụ thuộc vào vị vua tương lai này. Đức Chúa Trời sẽ thực hiện các lời hứa của Ngài qua con cháu của Đa-vít, cũng là con của Đức Chúa Trời:

> Khi các ngày ngươi đã mãn, và ngươi ngủ với các tổ phụ ngươi, thì ta sẽ lập dòng giống người kế vị ngươi, là dòng giống do ngươi sanh ra.... Ta

sẽ làm cha nó, nó sẽ làm con ta. Nếu nó phạm tội ác, tất ta sẽ sửa phạt nó bằng roi và thương vít loài người; Nhưng ta sẽ không rút ân điển ta khỏi nó như ta rút khỏi Sau-lơ, là kẻ ta đã trừ diệt khỏi trước mặt ngươi. Như vậy, nhà ngươi và nước ngươi được vững bền trước mặt ngươi đời đời; ngôi ngươi sẽ được vững lập đến mãi mãi.

(2 Sa 7:12–16)

Một lời hứa dường như không khớp với các lời hứa khác: "Nếu nó phạm tội ác, tất ta sẽ sửa phạt nó". Điều này cho thấy đây là một con người bình thường, trong khi những câu khác gợi lên một con người vĩ đại hơn nhiều. Làm thế nào chúng ta giữ được hai mặt này với nhau? Câu trả lời giống nhiều lời tiên tri trong Cựu Ước, lời tiên tri này được ứng nghiệm không chỉ ở một cấp độ. Như chúng ta sẽ thấy, lời tiên tri được ứng nghiệm một phần bởi vua Sa-lô-môn vĩ đại, người đã xây đền thờ. Nhưng nó được ứng nghiệm sau cùng chỉ bởi Cứu Chúa Giê-xu, "con cao cả hơn của vua Đa-vít vĩ đại", Đấng mà sự trị vì của Ngài được báo trước qua sự trị vì của Sa-lô-môn (xem Lu-ca 11:31).

Từ 2 Sa-mu-ên 7 trở đi trong Kinh Thánh, chúng ta chờ đợi sự xuất hiện của vua của Đức Chúa Trời, con cháu của Đa-vít. Vương quốc Đức Chúa Trời phải được thiết lập bởi Ngài, Đấng "Mê-si-a" hay Đấng "Christ". "Mê-si-a" là từ gốc Hê-bơ-rơ, có nghĩa là "Đấng được xức dầu". "Christ" được dịch từ chữ Hy Lạp *Christos*.

1 Vua 1–11: Sa-lô-môn và thời hoàng kim

Sa-lô-môn kế tục Đa-vít làm vua và cai trị cách khôn ngoan. Ông đem sự an ninh và thịnh vượng đến cho đất nước. Và đền thờ được xây dựng trong triều đại của ông, cung cấp một nơi ở mang tính biểu tượng đời đời cho Đức Chúa Trời. Đất nước chưa bao giờ tốt đẹp như vậy. Chúng ta đã đi đến đỉnh cao của Cựu Ước. Bây giờ có vẻ như mọi lời hứa của Đức Chúa Trời đã được thực hiện và Nước Trời đã đến. Tại lễ cung hiến đền thờ, Sa-lô-môn cầu nguyện: "Đáng khen ngợi Đức Giê-hô-va, là Đấng đã ban sự bình yên cho dân Y-sơ-ra-ên của Ngài, tùy theo các lời Ngài đã hứa! Về các lời tốt lành mà Ngài đã cậy miệng Môi-se, kẻ tôi tớ Ngài, phán ra, chẳng có một lời nào không ứng nghiệm" (1 Vua 8:56). Dân sự của Chúa ở trong chỗ của Chúa, dưới sự cai trị của Ngài và tận hưởng phước lành của Ngài.

Hình 21. Vương quốc chưa trọn vẹn

Vương quốc của Đức Chúa Trời	Dân sự của Chúa	Chỗ của Chúa	Sự cai trị và phước hạnh của Chúa
Kiểu mẫu của vương quốc	A-đam và Ê-va	Vườn Ê-đen	Lời Chúa; các mối liên hệ hoàn hảo
Vương quốc bị phá hủy	Không có ai	Bị đuổi	Bất tuân và rủa sả
Vương quốc được hứa	Con cháu Áp-ra-ham	Ca-na-an	Phước lành cho Y-sơ-ra-ên và các dân tộc
Vương quốc chưa trọn vẹn	Dân Y-sơ-ra-ên	Ca-na-an (và Giê-ru-sa-lem và đền thờ)	Luật pháp và nhà vua

Họ là *dân của Đức Chúa Trời*: "Dân Giu-đa và Y-sơ-ra-ên đông như cát trên bờ biển, ăn uống và vui chơi" (4:20), như lời Chúa đã hứa (Sáng 32:12).

Họ ở *trong chỗ của Đức Chúa Trời*: "Sa-lô-môn cai trị trên các nước, từ sông cái cho đến xứ Phi-li-tin, cho đến ranh Ê-díp-tô" (4:21). Cả xứ ở dưới quyền điều khiển của ông, như Đức Chúa Trời đã nói trong thời Môi-se (Xuất 23:31).

Họ *vui hưởng sự cai trị và phước lành của Đức Chúa Trời.* Hòm giao ước, biểu tượng về sự cai trị của Đức Chúa Trời, ở trong đền thờ (8:21). Dân sự được ban phước: "Trọn đời vua Sa-lô-môn trị vì, dân Giu-đa và Y-sơ-ra-ên ăn ở yên ổn vô sự từ Đan cho đến Bê-e-Sê-ba, ai nấy đều ở dưới cây nho và cây vả mình" (4:25). Và họ là nguồn phước cho các dân tộc; kế hoạch của Đức Chúa Trời luôn luôn là mọi dân tộc sẽ được phước qua dân sự Ngài. Có những dấu hiệu cho thấy điều này xảy ra trong thời trị vì của Sa-lô-môn—ví dụ, chuyến viếng thăm của Nữ Vương Sê-ba, người ngợi khen Đức Chúa Trời vì sự khôn ngoan của vua và vì những lợi ích từ sự thịnh vượng của vua (10:1−13).

Mọi thứ có vẻ thật tốt đẹp, nhưng không được lâu. Sa-lô-môn cưới nhiều vợ ngoại bang và bắt đầu thờ phượng các thần của họ (1 Vua 11). Vì cớ Đa-vít, Đức Chúa Trời trì hoãn sự đoán phạt cho đến khi Sa-lô-môn qua đời, nhưng sau đó Ngài khiến cuộc nội chiến bùng nổ và vương quốc bắt đầu tan rã.

Hình 22. Câu chuyện cho đến lúc này: chế độ quân chủ

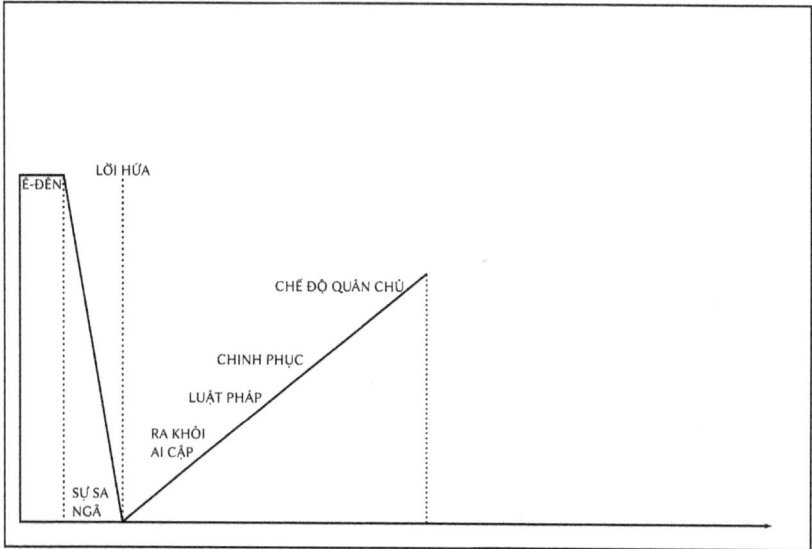

1 Vua 12–2 Vua 25: bất tuân, phân chia và suy sụp

Chẳng bao lâu sau khi con trai Sa-lô-môn là Rô-bô-am lên ngai, mười chi phái phía bắc và phía đông chống nghịch ông rồi thành lập vương quốc của riêng họ dưới sự cai trị của Giê-rô-bô-am. Y-sơ-ra-ên đã thống nhất được 120 năm dưới thời Sau-lơ, Đa-vít và Sa-lô-môn, nhưng bây giờ bị phân chia. Điều rối rắm là vương quốc phía bắc được gọi là Y-sơ-ra-ên với thủ phủ tại Si-chem, và sau này tại Sa-ma-ri. Vương quốc phía nam là Giu-đa có thủ phủ là Giê-ru-sa-lem. Thỉnh thoảng cũng có những vị vua tốt ở Giu-đa, nhưng chiều hướng lịch sử chung của cả hai vương quốc là đi xuống.

Sự suy sụp quá rõ ràng ở vương quốc phía bắc ngay từ đầu. Giê-rô-bô-am lo ngại dân sự sẽ tiếp tục muốn đi đến Giê-ru-sa-lem thuộc vương quốc phía nam để gặp Chúa tại đền thờ. Ông thiết lập hai điện thờ thay thế, tại Bê-tên và Đan, và mỗi nơi đặt một con bò con bằng vàng, nói rằng: "Hỡi Y-sơ-ra-ên! Nầy là các thần ngươi, đã đem ngươi ra khỏi xứ Ê-díp-tô" (1 Vua 12:28). A-rôn đã nói y như vậy sau khi ông và dân sự làm một con bò con khác bằng vàng trong lúc Môi-se ở trên Núi Si-nai nhận luật pháp từ Đức Chúa Trời (Xuất 32:4). Việc thờ phượng mang tính thờ thần tượng là tội lỗi cứ vây lấy Y-sơ-ra-ên trong suốt thời gian đất nước tồn tại. Việc Đức Chúa Trời đoán phạt họ chỉ còn là vấn đề thời gian.

Kết cuộc cũng đến vào năm 722 TC tức 200 năm sau khi vương quốc bị phân chia. Người A-sy-ri tấn công Sa-ma-ri và tiêu diệt thành. Không có gì nghi ngờ tại sao điều này xảy đến: "Việc nầy xảy ra vì dân Y-sơ-ra-ên đã phạm tội cùng Giê-hô-va Đức Chúa Trời của họ, là Đấng đã đem họ ra khỏi Ai Cập" (2 Vua 17:7, TTHĐ). Mười chi phái phía bắc sẽ không bao giờ tồn tại riêng lẻ nữa. Con cháu của họ là người Sa-ma-ri, bị người Do Thái khinh miệt vào thời của Chúa Giê-xu.

Vương quốc Giu-đa phía nam cũng không khá hơn. Câu chuyện suy thoái buồn bã của nó được ghi lại trong một nửa còn lại của 2 Các Vua và cũng có trong 2 Sử Ký. Mặc dù đền thờ ở giữa họ, nhưng dân sự vẫn quay sang các thần khác. Có những thời kỳ họ vâng phục Chúa hơn, đặc biệt dưới thời Vua Giô-si-a, người khuyến khích cải cách tôn giáo sau khi tìm thấy bản sao chép luật pháp trong đền thờ. Nhưng sự thay đổi không đủ xa, không đủ sâu, để ngăn cản cơn giận của Đức Chúa Trời. Dân sự đã phá vỡ giao ước và họ phải bị trừng phạt. Đức Chúa Trời đã cảnh báo họ trước khi họ vào đất hứa rằng họ không được phép ở lại xứ nếu bất tuân. Ngài giữ lời hứa khi người Ba-by-lôn đánh bại Giu-đa năm 597 TC và đem một số cư dân đi lưu đày. Hình phạt được mở rộng sau đó không lâu khi thành phố và đền thờ bị phá hủy năm 586 TC và nhiều người hơn nữa bị đem qua Ba-by-lôn.

Hình 23. Các sách khôn ngoan: cuộc sống trong vương quốc

Có ba sách về sự khôn ngoan trong Cựu Ước: Châm Ngôn, Truyền Đạo và Gióp. Vì phần lớn hai sách đầu được cho là của Sa-lô-môn, nên xem ra nhắc đến chúng vào lúc này là thích hợp.

• Châm Ngôn là một bộ sưu tập những câu nói súc tích chỉ ra lối sống khôn ngoan cách chi tiết.

• Truyền Đạo xem xét xem cuộc sống ra sao nếu Đức Chúa Trời bị loại bỏ. "Tất cả đều hư không" (1:2).

• Gióp mô tả sự đau khổ của một người vô tội. Đôi khi sự khôn ngoan chấp nhận rằng không có câu trả lời dễ dàng (chẳng hạn những câu trả lời vô ích của những người an ủi Gióp), mà chỉ đơn giản tin cậy Chúa.

Các sách về sự khôn ngoan không thuộc một cột mốc niên đại nào trong lịch sử của công tác cứu rỗi được tiết lộ của Đức Chúa Trời. Chúng nói với mọi thời đại về cách sống trong vương quốc của Ngài.

• Sự kính sợ Đức Giê-hô-va là khởi đầu sự tri thức (Châm 1:7; Gióp 28:28)

• Chúa Giê-xu là ứng nghiệm của sự khôn ngoan. Là con cao cả của Đa-vít, Ngài còn khôn hơn cả Sa-lô-môn (1 Vua 3; Math 12:42). Chính Ngài là "sự khôn ngoan của Đức Chúa Trời" (1 Cô 1:24) và chúng ta có thể trở nên khôn ngoan trong Ngài (1 Cô 1:30). Người khôn ngoan là người nghe và làm theo lời Chúa (Math 7:24).

Thế nên họ hát: "Chúng tôi đương ngồi trên mé sông Ba-by-lôn, bèn nhớ lại Si-ôn, và khóc" (Thi 137:1). Họ đã đánh mất quá nhiều. Thời hoàng kim họ tận hưởng dưới triều đại Sô-lô-môn giờ chỉ là một ký ức xa vời; vương quốc chưa trọn vẹn đã bị tan rã. Có rất ít bằng chứng cho thấy họ là dân sự của Đức Chúa Trời; họ không còn ở trong chỗ của Ngài, nhưng bị lưu đày; họ đối mặt với sự rủa sả của sự đoán phạt thay vì phước lành của Chúa. Giống như thể sự sa ngã lại xảy đến một lần nữa. Đức Chúa Trời đã cảnh báo họ trước khi họ vào đất hứa rằng họ sẽ bị đuổi khỏi xứ nếu không vâng lời (Phục 28:25, 63–64; Giô-suê 23:12–13). Nhưng họ đã khước từ sự cai trị của Ngài, và kết quả là họ bị trục xuất khỏi sự hiện diện của Ngài.

Vương quốc chưa trọn vẹn bị tan rã

> Vương quốc chưa trọn vẹn là hình bóng về vương quốc hoàn hảo Đức Chúa Trời sẽ thiết lập qua Chúa Giê-xu Christ.

Tất cả thật đau buồn, nhưng đó chưa phải là phần kết của câu chuyện Kinh Thánh. Công việc của Đức Chúa Trời giữa dân Y-sơ-ra-ên không hề là sự hoàn tất cuối cùng các lời hứa Phúc Âm. Trong ngữ cảnh của toàn Kinh Thánh nói chung, lịch sử Y-sơ-ra-ên chỉ là một mẫu mực. Mẫu xe Concorde bạn làm hồi nhỏ có thể rất ấn tượng, nhưng đó không phải là xe thật. Nó chỉ về điều gì đó lớn hơn, tốt hơn: chiếc máy bay. Tương tự, vương quốc chưa trọn vẹn chỉ là hình bóng về một vương quốc hoàn hảo Đức Chúa Trời sẽ thiết lập qua Chúa Giê-xu Christ. Nó vượt ra khỏi chính mình để chỉ về Chúa Giê-xu. Phải, thật là tuyệt khi người Y-sơ-ra-ên được giải cứu khỏi ách nô lệ ở Ai Cập, nhưng sự giải cứu đó chỉ là hình bóng mờ nhạt về sự cứu chuộc trọn vẹn được hoàn tất bởi Chúa Giê-xu trên thập tự giá (Giăng 1:29; 1 Cô 5:7). Vâng, thật tuyệt vời khi người Y-sơ-ra-ên có được sự hiện diện của Chúa ở giữa họ trong đền tạm và đền thờ, nhưng những kết cấu này cũng chỉ là hình bóng về một Đấng mà trong Ngài, sự hiện diện của Đức Chúa Trời được thể hiện cách trọn vẹn: "Ngôi Lời đã trở nên xác thịt, ở [hay "đóng trại"] giữa chúng ta" (Giăng 1:14). Và đúng, Đa-vít và Sa-lô-môn là những vị vua vĩ đại, nhưng Chúa Giê-xu còn vĩ đại hơn nhiều (Mác 12:35–37; Lu-ca 11:31). Đức Chúa Trời có thể từ chối kiểu mẫu của Ngài, nhưng Ngài không quên lời hứa của mình. Như chúng ta sẽ thấy trong chương tiếp theo, vai trò của các tiên tri chính là giải thích lẽ thật quan trọng đó. Họ nhấn mạnh rằng sự suy sụp của Y-sơ-ra-ên và Giu-đa không phải nằm ngoài quyền kiểm soát của Đức Chúa Trời. Ngài phá hủy kiểu mẫu này vì tội lỗi của dân sự. Nhưng đó chưa phải là kết thúc. Đức Chúa Trời sẽ không bao giờ tái thiết kiểu mẫu đó một lần nữa, Ngài sẽ thiết lập một vật thật, trong và qua Chúa Giê-xu.

Học Kinh Thánh 📖

2 Sa-mu-ên 7:1–17

Đa-vít muốn xây gì (câu 1–2)?

Còn Đức Chúa Trời muốn xây gì (câu 4–7)?

Đức Chúa Trời đã làm gì cho Đa-vít (câu 8)?

Ngài hứa làm gì trong tương lai (câu 9–11)?

Những lời hứa này vọng lại những lời hứa Chúa phán với Áp-ra-ham trong Sáng 12:1–3 như thế nào?

Đức Chúa Trời hứa gì về vị vua sẽ đến (câu 12–16)?

Chúa Giê-xu ứng nghiệm những lời hứa này như thế nào? (Xem Ma-thi-ơ 1:1; Mác 12:35–37; Giăng 2:18–22; Công 2:24–36; Rô 1:1–4)

Điều này có hàm ý gì về...

- hiểu biết của chúng ta về Chúa Giê-xu?

- mối liên hệ của chúng ta với Chúa Giê-xu?

Chương 5

Vương quốc được tiên tri

Phát ngôn viên của Đức Chúa Trời

Môi-se lo sợ khi Chúa bảo ông nhân danh Ngài nói chuyện với dân Y-sơ-ra-ên, vì vậy ông được phép dẫn theo A-rôn làm người phát ngôn cho mình. Đức Chúa Trời: "Ấy là người đó sẽ nói cùng dân sự thế cho ngươi, dùng làm miệng ngươi, còn ngươi sẽ dường như Đức Chúa Trời cho người vậy ... ta lập ngươi như là Đức Chúa Trời cho Pha-ra-ôn, còn A-rôn, anh ngươi, sẽ làm kẻ tiên tri của ngươi. Hãy nói lại mọi lời ta sẽ truyền dạy ngươi, rồi A-rôn, anh ngươi, sẽ tâu cùng Pha-ra-ôn, đặng người thả dân Y-sơ-ra-ên ra khỏi xứ mình" (Xuất 4:16; 7:1–2). Những lời này cho chúng ta một định nghĩa đúng về vai trò của tiên tri. A-rôn là "tiên tri" của Môi-se, truyền lại cho dân sự những lời Môi-se nói với ông trước hết. Vì vậy, tiên tri của Đức Chúa Trời là những chiếc loa của Ngài, công bố lời Ngài cho người khác. Phi-e-rơ viết trong Tân Ước: "Vì chẳng hề có lời tiên tri nào là bởi ý một người nào mà ra, nhưng ấy là bởi Đức Thánh Linh cảm động mà người ta đã nói bởi Đức Chúa Trời" (2 Phi 1:21). Chính các tiên tri cũng khẳng định y như thế. Ví dụ, tiên tri Giê-rê-mi bắt đầu những lời tiên tri bằng phần giới thiệu: "Lời Đức Giê-hô-va phán cùng tôi..." (Giê 1:4).

Người thi hành giao ước

Môi-se là tiên tri đáng tin cậy. Đức Chúa Trời đã bày tỏ luật pháp của Ngài qua ông. Tất cả thế hệ tương lai phải sống dưới ánh sáng của giao ước đó. Nếu họ muốn ở lại trong xứ và tận hưởng phước hạnh của Đức Chúa Trời, họ phải vâng theo luật pháp Ngài. Bằng không, họ phải đối diện sự phán xét của Ngài và cuối cùng bị đày khỏi xứ. Vai trò của các tiên tri kế tục Môi-se là thực thi giao ước, thúc giục dân sự vâng theo giao ước và nhắc nhở họ về những phước hạnh theo sau sự vâng lời cũng như rủa sả theo sau sự bất tuân.

Các tiên tri lớn đầu tiên sau Môi-se là Ê-li và Ê-li-sê, cả hai đều hoạt động trong vương quốc Y-sơ-ra-ên phía bắc vào thế kỷ thứ chín TC. Phần lớn mục vụ của họ đòi hỏi những cuộc đối đầu công khai với các vua của Y-sơ-ra-ên. Họ kêu gọi các vua sống theo luật pháp Đức Chúa Trời và ăn năn tội thờ thần tượng cũng như thiếu lòng tin nơi Ngài. Tình trạng thuộc linh của Y-sơ-ra-ên rất thấp trong thời kỳ chức vụ của họ. Sự bội đạo lan rộng dưới thời vua A-háp. Nhiều tiên tri của Đức Chúa Trời bị giết, và dân chúng thờ Ba-anh khắp cả xứ. Ê-li thách thức các tiên tri Ba-anh đến với một cuộc thi đấu công khai trên Núi Cạt-mên. Kết quả là chiến thắng vẻ vang cho Đức Chúa Trời chân thật duy nhất. Nhưng, ngay cả khi đó, hầu hết dân sự cũng không thờ phượng Ngài. Một Ê-li thất vọng nói với Chúa: "Y-sơ-ra-ên đã bội giao ước Ngài, phá hủy các bàn thờ Ngài, dùng gươm giết những tiên tri Ngài; chỉ một mình tôi còn lại" (1 Vua 19:10). Đức Chúa Trời an ủi ông: "Nhưng ta đã để dành lại cho ta trong Y-sơ-ra-ên bảy ngàn người không có quì gối xuống trước mặt Ba-anh" (19:18). Bảy ngàn thì tốt hơn một, nhưng đó vẫn là một phần rất nhỏ của quốc gia. Và dẫu thế, bất chấp tình trạng gian ác đầy dẫy, Ê-li và Ê-li-sê dường như vẫn cho rằng đến lúc dân sự sẽ quay trở lại với Chúa trước khi sự đoán phạt đến. Tuy nhiên, thời gian trôi qua, các tiên tri nhận ra rằng đoán phạt là điều không thể tránh khỏi.

Các tiên tri viết sách

Từ thế kỷ thứ 8 TC trở đi, các tiên tri bắt đầu viết xuống các lời tiên tri của họ, và nhiều lời tiên tri đã được giữ lại cho chúng ta trong Kinh Thánh. Một số tiên tri, như A-mốt và Ô-sê, hoạt động tại vương quốc phía bắc trong một vài thập kỷ dẫn đến sự tiêu diệt bởi người A-Sy-ri vào năm 722 TC. Số còn lại nói tiên tri ở Giu-đa: một số như Ê-sai, Mi-chê và Giê-rê-mi, hoạt động trong giai đoạn chuẩn bị cho cuộc lưu đày năm 597/ 586 TC; một số khác nữa như Ê-xê-chi-ên và Đa-ni-ên thì trong thời gian lưu đày; và một số như A-ghê, Xa-cha-ri, Ma-la-chi thì hoạt động sau khi trở về từ lưu đày (Hình 24).

Hình 24. Niên đại của một số tiên tri

Vương quốc phía Bắc	Thế kỷ 8 TC	A-mốt, Ô-sê
Vương quốc phía Nam	Thế kỷ 8 TC	Ê-sai, Mi-chê
	Thế kỷ 7 TC (bao gồm thời kỳ lưu đày)	Giê-rê-mi, Ê-xê-chi-ên, Đa-ni-ên
	Thế kỷ 6 TC (hậu lưu đày)	A-ghê, Xa-cha-ri, Ma-la-chi

Có mười bảy sách tiên tri trong Kinh Thánh. Chúng thường được nhắc đến như là "các đại tiên tri" (Ê-sai, Giê-rê-mi, và Ê-xê-chi-ên), và "các tiểu tiên tri" (phần còn lại). Các tiên tri nhỏ không phải kém quan trọng hơn các tiên tri khác; họ được gọi như vậy vì các sách của họ ngắn hơn. Mỗi nhóm có hai chủ đề nổi trội: đoán phạt và hy vọng, cả hai đều dựa trên giao ước của Đức Chúa Trời.

Sự đoán phạt

Sự đoán xét của Đức Chúa Trời hầu như không được đề cập tới trong một số các hội thánh. Các mục sư của họ rõ ràng không thường xuyên giảng trong các sách tiên tri. Ngược lại, các phần dài trong các sách tiên tri được dành cho việc phơi bày tội lỗi của dân sự và công bố sự đoán phạt của Đức Chúa Trời. Chúng ta không được nghĩ về các tiên tri là chỉ nói trước điều Chúa sẽ làm qua Đấng Christ trong tương lai. Trước tiên họ nói với thời của họ; họ là "người nói ra", chứ không chỉ là "người nói trước", và sứ điệp chính của họ là sứ điệp về sự đoán phạt (Hình 25).

Cả dân Y-sơ-ra-ên và Giu-đa đều tự mãn và không xem trọng những lời cảnh báo này. Nhưng sự tự mãn của họ bị tiêu tan khi người A-sy-ri đánh bại Y-sơ-ra-ên năm 722 TC, còn người Ba-by-lôn hủy phá Giê-ru-sa-lem và đem dân Giu-đa đi lưu đày năm 597 và 586 TC. Các tiên tri nhấn mạnh rằng những biến cố này không phải những chuyện ngẫu nhiên trong lịch sử; chúng là hành động đoán phạt của Đức Chúa

Trời để hoàn tất lời Ngài phán với họ khi Ngài bắt đầu giao ước vào thời Môi-se.

Một người bạn của tôi đã giải thích điều này như vầy. Jamie là một cậu bé vừa được tặng một đôi giày mới. Hôm đó trời mưa, và mẹ cậu biết rằng cậu thích té nước, vì vậy bà cảnh báo cậu: "Nếu con đi vào những vũng nước mưa đó, mẹ sẽ nhốt con trong phòng khi về nhà". Nhưng cậu đã đi thẳng vào vũng nước đầu tiên cậu nhìn thấy. Mẹ cậu la rầy: "Nếu con còn tiếp tục, con sẽ phải đi ngay vào phòng khi về đến nhà". Nhưng Jamie té nước khi cậu đi qua vũng nước tiếp theo, rồi vũng tiếp theo nữa. Vì thế, khi về nhà, cậu bé bị lôi ngay vào phòng, và bắt đầu khóc lóc om sòm. Mẹ cậu đứng bên ngoài nói với cậu: "Jamie à, đó là lỗi của con. Mẹ đã nói với con rất rõ rằng nếu con tiếp tục nghịch nước, con sẽ bị nhốt trong phòng. Nhưng con vẫn cứ làm, thì bây giờ con phải ở đây thôi".

Những điểm tương đồng với Y-sơ-ra-ên thật rõ ràng. Họ được cảnh báo rất rõ, qua Môi-se và Giô-suê, thậm chí trước khi họ vào đất hứa: "Nếu các ngươi xây bỏ Đức Chúa Trời, các ngươi sẽ bị đoán xét và bị đày". Họ vẫn không vâng lời, vì vậy, qua các tiên tri, Đức Chúa Trời đã nhắc họ: "Nếu các ngươi tiếp tục sống như vậy, Đức Chúa Trời sẽ đoán xét ngươi". Đức Chúa Trời kiên nhẫn với họ nhiều năm nhưng họ vẫn không ăn năn, vì vậy cuối cùng, sự đoán phạt cũng đến. Và qua các tiên tri như Ê-xê-chi-ên trong thời gian lưu đày, Đức Chúa Trời phán một lần nữa, giải thích điều đang xảy đến với họ: "Đức Chúa Trời đang trừng phạt các ngươi như Ngài đã phán". Họ đừng nên nghĩ rằng Giê-ru-sa-lem đã bị đánh bại vì Chúa yếu hơn các thần của Ba-by-lôn. Ngài vẫn đang kiểm soát. Ngài đang hành động qua người Ba-by-lôn, thực hiện sự đoán phạt mà Ngài đã hứa.

Đức Chúa Trời không thay đổi. Ngài vẫn là Đức Chúa Trời của tình yêu vô bờ bến, nhưng Ngài cũng là một Đức Chúa Trời thánh khiết, ghét điều ác và tức giận khi nhìn thấy điều ác. Sự đoán xét của Ngài trên dân sự trong Cựu Ước phải cảnh báo chúng ta về sự tự mãn, như họ đã tự mãn. Đây là nếm trước một sự đoán xét kinh khủng hơn nhiều sẽ đến vào ngày cuối cùng. Vào ngày đó, chúng ta sẽ phải đứng trước mặt Đức Chúa Trời và khai trình cách chúng ta sống trên đất (Khải 20:11–15). Hy vọng duy nhất của chúng ta là tin nơi Đấng Christ và sự chết của Ngài.

Hình 25. Sự đoán xét trong sách A-mốt

Đoán xét các dân tộc (1:3–2:3)

Là Đấng Tạo Dựng toàn cả thế giới, Đức Chúa Trời không chỉ quan tâm đến cách ăn ở của con dân Ngài; Ngài sẽ đem mọi người đến để khai trình.

Đoán xét Giu-đa (2:4–5)

Con dân của Chúa đặc biệt có tội vì họ không vâng theo giao ước của Ngài:

"Vì chúng nó đã bỏ luật pháp của Đức Giê-hô-va
và không vâng theo lệ luật Ngài,
những sự giả dối mà tổ phụ chúng nó đã theo,
làm lầm lạc chúng nó.
Ta sẽ sai lửa đến trên Giu-đa,
nó sẽ thiêu nuốt những đền đài của Giê-ru-sa-lem".

Đoán xét Y-sơ-ra-ên (2:6 trở đi)

Sau khi kết tội các dân tộc láng giềng, bây giờ qua tiên tri A-mốt, lời Chúa quay sang chính dân tộc của Ngài. Người Y-sơ-ra-ên cho rằng họ sẽ được miễn nhiễm khỏi sự đoán xét vì là dân sự của Đức Chúa Trời, nhưng điều đó làm cho tội của họ càng tồi tệ hơn. Ngài đã làm rất nhiều điều cho họ trong nhiều năm: "Ta cũng đã đem các ngươi lên khỏi đất Ê-díp-tô... Ta đã dấy mấy kẻ tiên tri lên trong vòng con trai các ngươi" nhưng "ngươi cấm các kẻ tiên tri rằng: Chớ nói tiên tri!" (2:10–12). A-mốt phơi bày tội lỗi của họ trong mọi khía cạnh của đời sống. Ông quan tâm nhiều đến hành vi xã hội của họ (sự tham lam và bất công) cũng như đời sống tôn giáo. Là Đấng Sáng Tạo, Đức Chúa Trời là Chúa của mọi lĩnh vực trong đời sống và Ngài mong chờ họ vâng phục Ngài trong mọi sự. "Ngày của Chúa" sẽ đến khi họ sẽ phải khai trình. Đó sẽ không phải là ngày họ đang mong đợi, khi kẻ thù sẽ bị tiêu diệt. Không, chính họ sẽ đối diện với cơn giận của Đức Chúa Trời (5:18).

Hy vọng

Để giữ lời, Đức Chúa Trời phải đoán phạt dân sự Ngài. Nhưng giữ lời đòi hỏi sự đoán phạt sẽ không kết thúc mối liên hệ của Ngài với họ. Có một yếu tố có điều kiện trong lời hứa của Đức Chúa Trời; Ngài đã nói rõ ràng qua Môi-se rằng họ sẽ từ bỏ phước hạnh nếu bất tuân. Nhưng cũng có một yếu tố vô điều kiện dành cho họ; lời hứa của Ngài với Áp-ra-ham là một cam kết được bảo đảm:

> "Ta sẽ làm cho ngươi nên một dân lớn;
>   ta sẽ ban phước cho ngươi,
>   cùng làm nổi danh ngươi,
>   và ngươi sẽ thành một nguồn phước.
> Ta sẽ ban phước cho người nào chúc phước ngươi,
>   rủa sả kẻ nào rủa sả ngươi;
>   và các chi tộc nơi thế gian
>   sẽ nhờ ngươi mà được phước".
>   (Sáng 12:1–3)

Vì vậy, giao ước của Đức Chúa Trời, nền tảng cho sứ điệp đoán xét của các tiên tri, cũng là nền tảng cho chủ đề lớn khác trong các sách của họ: đó là hy vọng.

Mặc dù lịch sử công bố sự thất bại của Y-sơ-ra-ên, nhưng các tiên tri công bố tương lai của Y-sơ-ra-ên. Họ nói về thời kỳ tốt đẹp ở phía trước dưới hình thức chiếu lại: "Các ngươi có nhớ ngày xưa hạnh phúc như thế nào dưới thời Môi-se, Đa-vít và Sa-lô-môn không?" "Ồ, rồi sẽ trở lại như vậy trong tương lai, nhưng mà tốt hơn nhiều". Sẽ có một cuộc xuất hành mới, một giao ước mới, một dân tộc mới, một Giê-ru-sa-lem mới, một đền thờ mới, một vị vua mới, và thậm chí một công cuộc sáng tạo mới. Đức Chúa Trời sẽ không tái lập kiểu mẫu, vương quốc chưa đầy đủ, nhưng Ngài sẽ thiết lập theo điều mà kiểu mẫu hướng đến, một điều có thật, tức vương quốc hoàn hảo: dân sự Đức Chúa Trời ở trong chỗ của Đức Chúa Trời, dưới quyền cai trị của Ngài và tận hưởng phước hạnh của Ngài. Các tiên tri nói về sự ứng nghiệm cuối cùng của cả ba trong số những lời hứa về vương quốc.

Dân sự của Đức Chúa Trời

Dân sót lại

Mặc dù Đức Chúa Trời sẽ giáng sự đoán phạt khủng khiếp trên dân sự, nhưng Ngài không tiêu diệt họ hoàn toàn. Một phần sót lại sẽ được bảo vệ, và từ nhóm người này Đức Chúa Trời sẽ tạo nên một dân tộc mới:

> Trong ngày đó, dân sót của Y-sơ-ra-ên,
> và người thoát nạn của nhà Gia-cốp,
> sẽ không cậy kẻ đánh mình nữa;
> nhưng thật lòng cậy Đức Giê-hô-va,
> là Đấng Thánh của Y-sơ-ra-ên.
> Một số dân sót, tức là dân sót của Gia-cốp,
> sẽ trở lại cùng Đức Chúa Trời quyền năng.
> (Ê-sai 10:20–21)

Ngay cả Ê-sai cũng chỉ thị đặt tên một trong các con trai của ông là "Sê-a Gia-súp" (nghĩa là "một kẻ sót lại sẽ hồi hương") để nhấn mạnh sứ điệp này.

Cuộc xuất hành mới

Hoàn cảnh khốn khổ của người Giu-đa lưu đày ở Ba-by-lôn cũng tương tự hoàn cảnh của người Y-sơ-ra-ên khi họ làm nô lệ tại Ai Cập. Và như Đức Chúa Trời đã giải cứu họ lúc đó, thì Ngài cũng lại sẽ giải cứu họ. Sẽ có một cuộc xuất hành mới: "Chắc chắn sẽ có ngày người ta không còn nói: 'Thật như Đức Giê-hô-va hằng sống, là Đấng đã đem con dân Y-sơ-ra-ên ra khỏi Ai Cập,' nhưng sẽ nói: 'Thật như Đức Giê-hô-va hằng sống, là Đấng đã đem con dân Y-sơ-ra-ên trở về từ phương bắc và từ các nước mà họ đã bị đày đến.' Vì Ta sẽ lại dẫn chúng trở về đất mà Ta đã ban cho tổ phụ chúng" (Giê-rê-mi 16:14–15, BTTHĐ).

Đầy tớ

Ê-sai nhấn mạnh rằng cuộc xuất hành mới sẽ hoàn tất bởi một nhân vật bí ẩn mà ông gọi là "đầy tớ". Thỉnh thoảng, người đầy tớ được xem là dân Y-sơ-ra-ên (ví dụ 44:1–2). Nhưng những phân đoạn khác nói rõ rằng đầy tớ là một người sẽ được Đức Chúa Trời dùng để giải cứu dân sót lại của Y-sơ-ra-ên (ví dụ: 49:5–6; 52:13–53:12). Người sẽ hoàn tất sự giải cứu này bằng sự chết của mình. Đức Chúa Trời dùng thì "hoàn thành mang tính tiên tri" khi nói về một sự kiện tương lai như thể nó đã xảy ra, vì điều đó là chắc chắn:

> ...người đã vì tội lỗi chúng ta mà bị vết,
>> vì sự gian ác chúng ta mà bị thương,
> bởi sự sửa phạt người chịu chúng ta được bình an,
> bởi lằn roi người chúng ta được lành bịnh.
> Chúng ta thảy đều như chiên đi lạc,
>> ai theo đường nấy:
> Đức Giê-hô-va đã làm cho tội lỗi của hết thảy chúng ta
>> đều chất trên người.
>> (Ê-sai 53:5–6)

Người này vừa là Y-sơ-ra-ên thật, vừa la Đấng chết cho dân sót lại của Y-sơ-ra-ên, để dân sự Đức Chúa Trời có thể được giải cứu khỏi tội lỗi. Ngài sẽ đối diện với sự trừng phạt của họ thay cho họ, xa cách Đức Chúa Trời, để họ được tha thứ và một Y-sơ-ra-ên mới được thành lập. Lời tiên tri này phải được ứng nghiệm khi Chúa Giê-xu chết trên thập tự giá. Ngài đã nói về chính mình: "... Con Người đã đến không phải để được phục vụ nhưng để phục vụ, và hiến dâng mạng sống mình làm giá chuộc cho nhiều người" (Mác 10:45, BTTHĐ).

Bao gồm các dân tộc

Vai trò của người đầy tớ mở rộng ra ngoài Y-sơ-ra-ên. Như Y-sơ-ra-ên phải trở thành nước thầy tế lễ, chuyển các phước hạnh của quyền cai trị Ngài cho các dân tộc thể nào (Xuất 19:6), thì Đức Chúa Trời phán với người đầy tớ thể ấy:

> "Ngươi làm tôi tớ ta đặng lập lại các chi phái Gia-cốp,
>> và làm cho những kẻ được gìn giữ của Y-sơ-ra-ên lại được trở về,
>> còn là việc nhỏ;
> ta sẽ khiến ngươi làm sự sáng cho các dân ngoại,
>> hầu cho ngươi làm sự cứu rỗi của ta đến nơi đầu cùng đất".
>> (Ê-sai 49:6)

Lời hứa với Áp-ra-ham về nguồn phước cho mọi dân tộc sẽ được thực hiện. Nam nữ từ mọi chi tộc sẽ được hưởng phước khi Đức Chúa Trời hành động để cứu Y-sơ-ra-ên (Ê-sai 60:1-3).

Chỗ của Đức Chúa Trời

Đền thờ mới

Sách Ê-xê-chi-ên bắt đầu với một khải tượng về vinh quang của Đức Chúa Trời ra khỏi đền thờ Giê-ru-sa-lem. Ngài đang đoán phạt và rút khỏi dân sự. Đền thờ bây giờ chỉ là một cấu trúc trống rỗng và việc nó sẽ bị người Ba-by-lôn hủy diệt chỉ còn là vấn đề thời gian. Nhưng sách kết thúc với một hy vọng lớn. Ê-xê-chi-ên có một khải tượng khác về đền thờ mới, tráng lệ hơn đền thờ cũ (chương 40–48), và ông thấy Đức Chúa Trời đi vào. Một con sông chảy ra từ đền thờ mới, đem sự sống cho thế giới.

Sự sáng tạo mới

Khải tượng của Ê-xê-chi-ên về đền thờ mới tráng lệ đến nỗi nó không thể chỉ đơn giản nói về một tòa nhà trên đất. Đó là biểu tượng của sự sáng tạo mới. Kế hoạch cứu rỗi của Đức Chúa Trời không bị giới hạn cho người Y-sơ-ra-ên, hay thậm chí cho con người thuộc mọi dân tộc. Đấng tạo dựng mọi vật quyết tâm xóa bỏ hoàn toàn ảnh hưởng của sự sa ngã và làm mới toàn cả thế giới. Giê-ru-sa-lem mới mà con dân Ngài sẽ sống không phải một thành phố tọa lạc đâu đó trên đất này; đó là một tạo vật mới. Đức Chúa Trời phán:

> "Ta sẽ dựng trời mới đất mới;
> những việc trước sẽ chẳng nhớ nữa,
> chẳng còn nhắc đến nữa.
> Thà các ngươi hãy mừng rỡ và vui vẻ đời đời
> trong sự ta dựng nên.
> Thật, ta dựng nên Giê-ru-sa-lem cho sự vui,
> và dân nó cho sự mừng rỡ".
> (Ê-sai 65:17-18)

Hình 26. Thi Thiên: "Chúa là Vua" (Thi 10:16)

Sách Thi Thiên là bộ sưu tập các bài thánh ca và cầu nguyện được dân Y-sơ-ra-ên sử dụng trong sự thờ phượng. Nó không thuộc về một giai đoạn nào trong lịch sử Y-sơ-ra-ên, các thi thiên riêng lẻ được viết trong khoảng một thời gian dài, nhiều thi thiên do Vua Đa-vít viết. Sách Thi Thiên được mô tả là "Kinh Thánh nhỏ", vì tất cả các chủ đề trong Kinh Thánh đều có trong Thi Thiên. Chúng ta hãy lưu ý ba chủ đề.

Ca ngợi

Giống như phần còn lại của Kinh Thánh, Thi Thiên tập trung trên hết vào Đức Chúa Trời. Ngài là vua vĩ đại của toàn trái đất và của dân sự Ngài, Y-sơ-ra-ên. Dân Ngài ca ngợi Ngài về quyền năng, sự thánh khiết và công chính trong sự cai trị của Ngài, và về lòng thương xót của Ngài khi cứu họ.

Hãy đến hát xướng cho Đức Giê-hô-va,
Cất tiếng mừng rỡ cho hòn đá về sự cứu rỗi chúng tôi.
Chúng tôi hãy lấy lời cảm tạ mà đến trước mặt Chúa,
Vui mừng mà hát thơ ca cho Ngài.
Vì Giê-hô-va là Đức Chúa Trời rất lớn,
Là Vua cao cả trên hết các thần.
(Thi Thiên 95:1–3)

Xem thêm Thi 100; 121; 145

Lời tiên tri

Sách Thi Thiên được trích dẫn trong Tân Ước nhiều hơn bất kỳ sách Cựu Ước nào. Một số Thi Thiên chỉ rõ ràng về Cứu Chúa Giê-xu Christ. Ngài sẽ được tôn làm vua của cả vũ trụ vì là vua đời đời của Đức Chúa Trời:

Hỡi Đức Chúa Trời, ngôi Chúa còn mãi đời nọ qua đời kia;
Bính quyền nước Chúa là một bính quyền ngay thẳng;
Chúa ưa sự công bình, và ghét điều gian ác;
Cho nên Đức Chúa Trời, là Đức Chúa Trời của Chúa, đã xức dầu cho Chúa
Bằng dầu vui vẻ trỗi hơn đồng loại Chúa.
(Thi 45:6–7)

Nhưng ngôi Ngài sẽ được thiết lập chỉ bởi sự đau đớn. Ngài sẽ nếm biết đau khổ tột cùng đến nỗi sẽ kêu lên: "Đức Chúa Trời tôi ôi! Đức Chúa Trời tôi ôi, sao Ngài lìa bỏ tôi?" (Thi 22:1). Xem thêm Thi Thiên 2; 89:19−20; 110.

Trải nghiệm cá nhân

Trong các Thi Thiên, chúng ta thấy không chỉ Chúa nói với dân Ngài, mà dân sự cũng nói với Ngài nữa. Chúng ta có được hiểu biết sâu sắc về tấm lòng của người tín hữu. Trải nghiệm đức tin trong Chúa là Vua được trình bày cách rõ ràng trước mắt chúng ta với tất cả sự phong phú đa dạng của nó. Tâm trạng thay đổi từ vô cùng chắc chắn và vui sướng đến nghi ngờ và thất vọng. Tín hữu Cơ Đốc có thể mong đợi trải nghiệm những cảm xúc tương tự: Vua không đổi thay. Những lời của tác giả Thi thiên có thể trở thành lời của chính chúng ta:

Đức Giê-hô-va ôi! Ngài sẽ hằng quên tôi cho đến chừng nào?
Ngài ẩn mặt cùng tôi cho đến bao giờ?
(13:1)

Đức Giê-hô-va là ánh sáng và là sự cứu rỗi tôi:
Tôi sẽ sợ ai?
(27:1)

Lạy Đức Giê-hô-va vạn quân,
Nơi ngự của Ngài đáng yêu thay!
Linh hồn con mong ước đến nỗi hao mòn
Về hành lang của Đức Giê-hô-va;
(84:1, BTTHĐ)

Xem thêm Thi Thiên 23; 42; 73.

Quyền cai trị và phước hạnh của Đức Chúa Trời

Giao ước mới

"Đức Giê-hô-va phán: Nầy, những ngày đến,
bấy giờ ta sẽ lập một giao ước mới
với nhà Y-sơ-ra-ên và với nhà Giu-đa".
(Giê-rê-mi 31:31)

Giao ước này sẽ không hoàn toàn là một khởi đầu mới. Đức Chúa Trời không từ bỏ những lời hứa Ngài đã phán trong quá khứ. Nhưng bằng cách nào Ngài có thể thực hiện những lời hứa này để ban phước cho dân sự? Trong sự thành tín của Chúa, Ngài phải thực hiện nếu Ngài muốn giữ lời. Tuy nhiên, Ngài cũng buộc phải đoán phạt Y-sơ-ra-ên nếu họ không vâng lời Ngài. Vậy làm sao Ngài ban phước cho, nếu họ cứ tiếp tục phạm tội? Giao ước mới sẽ khiến cho việc này trở nên khả thi. Giao ước mới sẽ không thể bị phá vỡ. Đức Chúa Trời sẽ tìm cách giải quyết tội lỗi, để toàn dân sự được tha tội và biết Chúa cách mật thiết. Ngài sẽ thay đổi họ từ bên trong: "Ta sẽ đặt luật pháp ta trong bụng chúng nó và chép vào lòng" (31:33). Ê-xê-chi-ên và Giô-ên nói rõ rằng đây là lời hứa về sự hiện diện của Thánh Linh Đức Chúa Trời trong đời sống của mọi con dân Chúa (Ê-xê-chi-ên 36:26–27; Giô-ên 2:28–32). Giao ước mới phải được bắt đầu bằng sự chết của Chúa Giê-xu. Khi Ngài cầm lấy chén tại bữa ăn cuối cùng, Ngài nói: "Chén nầy là giao ước mới trong huyết ta vì các ngươi mà đổ ra" (Lu-ca 22:20).

Vị vua mới

Đức Chúa Trời đã cai trị qua một vị vua trong thời giao ước cũ thế nào, thì Ngài cũng sẽ lại cai trị như vậy trong kỷ nguyên giao ước mới. Các tiên tri tin vào lời hứa Đức Chúa Trời phán với Đa-vít (trong 2 Sa 7:12–16) rằng một vị vua đời đời của cả vũ trụ sẽ ra từ dòng dõi ông. Sự cứu rỗi của dân sự Đức Chúa Trời và sự hoàn thành mọi lời hứa của Ngài phụ thuộc vào sự xuất hiện của vị vua được xức dầu này (hay "Đấng Christ", "Đấng Mê-si-a", con cháu Đa-vít:

> Vì có một con trẻ sanh cho chúng ta,
>> tức là một con trai ban cho chúng ta...
> Quyền cai trị và sự bình an của Ngài
>> cứ thêm mãi không thôi,
> ở trên ngôi Đa-vít và trên nước Ngài,
>> đặng làm cho nước bền vững,
> và lập lên trong sự chánh trực công bình,
>> từ nay cho đến đời đời.
>> (Ê-sai 9:6–7)

Đa-ni-ên nói rằng Ngài "giống con người". Trong khải tượng của ông, con người này "được ban cho quyền thế, vinh hiển, và nước; hầu cho hết thảy các dân, các nước, các thứ tiếng đều hầu việc người" (Đa 7:13–14). Những đoạn như vầy nói rõ rằng Ngài không phải là vua bình thường. Chỉ khi nào Đấng Christ đến, tín hữu mới bắt đầu nhìn thấy hàm ý của nhiều lời tiên tri về Ngài. Vương quyền của người là vương quyền của Đức Chúa Trời, vì người là Đức Chúa Trời. Chính Chúa Giê-xu chỉ ra hàm ý của Thi Thiên 110:1

> "Đức Giê-hô-va phán cùng Chúa tôi rằng:
> Hãy ngồi bên hữu ta,
> Cho đến chừng ta đặt kẻ thù nghịch ngươi
> làm bệ chân cho ngươi".

Đa-vít, tác giả Thi Thiên, nhắc đến một người cai trị khác là "Chúa tôi". Người đó không chỉ là con cháu Đa-vít; mà còn phải là Con Đức Chúa Trời (Mác 12:35–37).

Phước hạnh lớn lao

Thời kỳ ứng nghiệm sẽ được đánh dấu bằng phước hạnh lớn cho toàn cả thế giới. Với sự cai trị của Đức Chúa Trời, mọi vật sẽ lại ở vào đúng chỗ của nó; trở về với các phước hạnh của Ê-đen, bình an và thịnh vượng sẽ dư dật.

> ... kẻ cày sẽ theo kịp kẻ gặt,
> kẻ đạp nho theo kịp kẻ gieo giống.
> Các núi sẽ nhỏ rượu ngọt ra
> và mọi đồi sẽ tan chảy.
> (A-mốt 9:13–14)

> Bấy giờ muông sói sẽ ở với chiên con,
> beo nằm với dê con;
> bò con, sư tử con với bò nuôi mập cùng chung một chỗ,
> một đứa con trẻ sẽ dắt chúng nó đi.
> (Ê-sai 11:6)

Từ lưu đày trở về

Năm 538 TC, mới sáu thập kỷ sau khi bắt đầu cuộc lưu đày, có vẻ như các lời tiên tri về niềm hy vọng sắp được ứng nghiệm. Vua Si-ru

Hình 27. Vương quốc được tiên tri

Vương quốc của Đức Chúa Trời	Dân sự của Chúa	Chỗ của Chúa	Sự cai trị và phước hạnh của Chúa
Kiểu mẫu của vương quốc	A-đam và Ê-va	Vườn Ê-đen	Lời Chúa; các mối liên hệ hoàn hảo
Vương quốc bị phá hủy	Không có ai	Bị đuổi	Bất tuân và rủa sả
Vương quốc được hứa	Con cháu Áp-ra-ham	Ca-na-an	Phước lành cho Y-sơ-ra-ên và các dân tộc
Vương quốc chưa trọn vẹn	Dân Y-sơ-ra-ên	Ca-na-an (và Giê-ru-sa-lem và đền thờ)	Luật pháp và nhà vua
Vương quốc được tiên tri	Dân sót Y-sơ-ra-ên; bao gồm mọi dân tộc	Đền thờ mới; sự sáng tạo mới	Giao ước mới; vua mới; phước hạnh lớn

của Ba Tư đánh bại người Ba-by-lôn và ra chiếu chỉ cho phép dân lưu đày trở về xây lại đền thờ. Nhưng việc khôi phục đất nước không phải là một thành công đầy hoan hỉ mà các tiên tri đã hứa. Chỉ một số ít người quay trở về quê hương. Họ đối diện sự chống đối dữ dội khi xây đền thờ, nhưng cuối cùng một đền thờ mới cũng được xây. Dưới sự lãnh đạo của E-xơ-ra, vai trò thiết yếu của luật pháp Chúa là bộ điều chỉnh mọi khía cạnh cuộc sống được tái xác nhận.

Chẳng bao lâu sau, Nê-hê-mi lãnh đạo một nhóm xây lại tường thành Giê-ru-sa-lem. Một vài lời hứa được hoàn tất, ít nhất là một phần, nhưng rõ ràng đây không phải là thời kỳ ứng nghiệm cuối cùng. Những người có thể nhớ lại thời hạnh phúc ngày xưa trước khi lưu đày, hay nghe ông bà kể về thời đó, nhận ra rằng Giê-ru-sa-lem mới kém ấn tượng hơn nhiều so với Giê-ru-sa-lem cũ; nhưng các tiên tri lại báo trước một điều tốt đẹp hơn nhiều. Khi nền của đền thờ mới được đặt, một số thanh niên reo hò vui sướng. Còn những người lớn tuổi và từng trải hơn thì than khóc (E-xơ-ra 3:11–13). Họ biết rằng đền thờ này không thể là đền thờ mới mà Ê-xê-chi-ên đã tiên tri: nó nhỏ hơn đền thờ của Sa-lô-môn. Và dân sự rõ ràng không có tấm lòng mới: sách Nê-hê-mi kết thúc trong thất vọng khi ông than thở việc luật pháp Đức Chúa Trời không được vâng giữ, bất chấp các nỗ lực của E-xơ-ra (Nê-hê-mi 13).

Ba tiên tri A-ghê, Xa-cha-ri và Ma-la-chi nói tiên tri trong thời kỳ này ("các tiên tri hậu lưu đày"). Sứ điệp của họ rất giống với sứ điệp của các vị tiên tri tiền bối trước lưu đày. Họ cũng kết án thính giả của họ vì phá vỡ giao ước và cảnh báo họ về sự đoán xét sẽ đến. Nhưng họ cũng chỉ về thời điểm tương lai khi Đức Chúa Trời sẽ hành động để hoàn thành lời hứa của Ngài, để dân sự Ngài có thể tận hưởng mọi phước hạnh của giao ước.

Hình 28. Kết thúc Cựu Ước

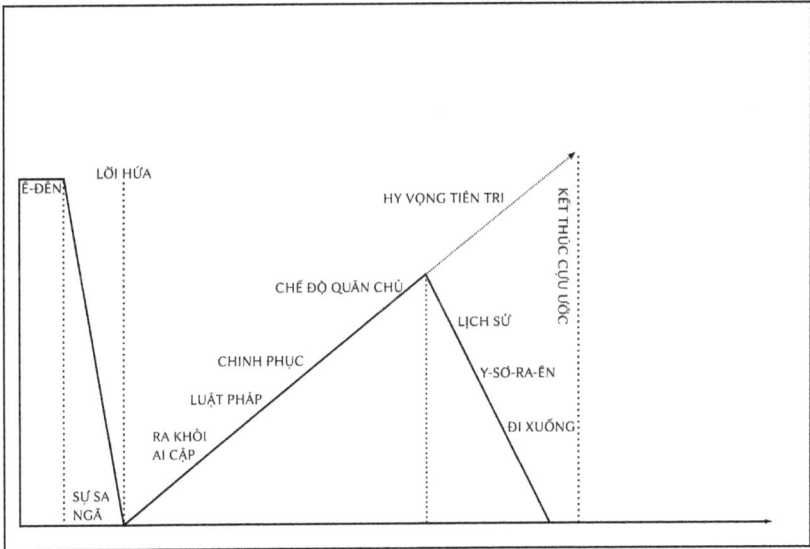

Sách 2 Sử Ký khép lại Cựu Ước theo cách sắp xếp trong tiếng Hê-bơ-rơ, kết thúc lời hứa rằng cuộc lưu đày của dân sự Đức Chúa Trời sẽ mau chóng chấm dứt. Trên một phương diện, điều đó xảy ra sau năm 538 TC, nhưng đó không phải là cuộc xuất hành mới mà các tiên tri nói đến. Về mặt thuộc linh, dân sự Đức Chúa Trời vẫn còn bị lưu đày, chờ

đợi Chúa trở lại với họ và hoàn thành tất cả mọi lời hứa của Ngài về sự cứu rỗi. Vương quốc Đức Chúa Trời vẫn chưa đến, vì vua của Đức Chúa Trời chưa đến. Nhưng vị tiên tri cuối cùng khẳng định Ngài sẽ xuất hiện, có một sứ giả đến trước: "Nầy, Ta sai sứ giả của Ta đến để dọn đường trước mặt Ta, và Chúa mà các con tìm kiếm sẽ thình lình vào trong đền thờ Ngài; tức là sứ giả của giao ước mà các con trông mong" (Ma-la-chi 3:1, BTTHĐ).

Học Kinh Thánh 📖

Ô-sê 1–3

Các giai đoạn khác nhau trong mối liên hệ giữa Ô-sê và Gô-me, vợ ông là gì (xem đoạn 1–3)?

Cuộc hôn nhân của họ phản chiếu mối liên hệ giữa Đức Chúa Trời và dân sự Ngài như thế nào?

Chúng ta học được gì về tội lỗi của dân sự?

Đức Chúa Trời sẽ đoán xét họ như thế nào?

Họ có hy vọng gì?

Trong hy vọng đó, có điều gì được lặp lại trong những lời hứa với Áp-ra-ham và Đa-vít?

Chúng ta học biết gì về Đức Chúa Trời từ phân đoạn này?

Chúng ta học biết gì về chính mình từ khúc Kinh Thánh này?

Cuộc sống của chúng ta phải thay đổi như thế nào dưới ánh sáng của những gì chúng ta đã học?

Chương 6

Vương quốc hiện tại

Thời kỳ đã đến

Thoạt nhìn, chúng ta có thể cảm thấy bắt đầu Tân Ước bằng một gia phả thì thật nhàm chán, nhưng nếu chúng ta nhớ lại những lời hứa của Đức Chúa Trời, chúng ta sẽ rất hào hứng khi đọc: "Gia phổ Đức Chúa Jêsus Christ, con cháu Đa-vít và con cháu Áp-ra-ham" (Ma-thi-ơ 1:1). Ngài là Đấng thực hiện các lời hứa với Áp-ra-ham trong Sáng 12 và với Đa-vít trong 2 Sa-mu-ên 7. Sứ đồ Phao-lô nói cách rõ ràng: "Vì trong Ngài, tất cả mọi lời hứa của Đức Chúa Trời đều là 'Có'" (2 Cô 1:20).

Mác mở đầu Phúc Âm của mình bằng lời trích dẫn từ Ma-la-chi và Ê-sai:

"Nầy, ta sai sứ ta đến trước mặt người,
    Người sẽ dọn đường cho người...
Có tiếng kêu trong đồng vắng rằng:
    Hãy dọn đường Chúa,
    Ban bằng các nẻo Ngài"
    (Mác 1:2–3)

Cả hai tiên tri đều báo trước rằng một sứ giả sẽ xuất hiện trước vua của Đức Chúa Trời, để thông báo Ngài sắp đến và thúc giục mọi người sẵn sàng đón Ngài. Mác cho rằng Giăng Báp-tít là sứ giả đó: "Giăng đã tới, trong đồng vắng vừa làm vừa giảng phép báp-têm ăn năn, cho được tha tội" (1:4). Sứ điệp rõ ràng: thời gian chờ đợi đã hết; kỳ lưu đày sắp kết thúc và kỳ ứng nghiệm sớm đến. Rồi Chúa Giê-xu xuất hiện, "rao giảng Tin Lành của Đức Chúa Trời". Ngài phán: "Giờ đã trọn, vương quốc Đức Chúa Trời đã đến gần, các người hãy ăn năn và tin nhận Tin Lành!" (1:14–15, BTTHĐ).

Hình 29. Sự ứng nghiệm trong Đấng Christ

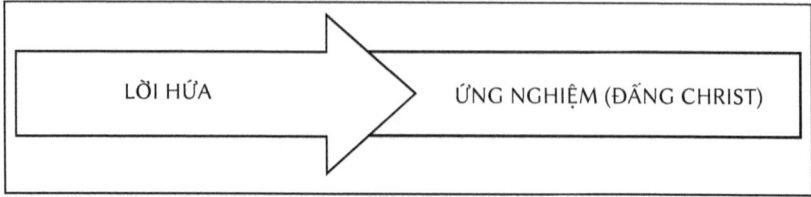

LỜI HỨA   ỨNG NGHIỆM (ĐẤNG CHRIST)

"Vương quốc Đức Chúa Trời" không phải là cách diễn đạt trong Cựu Ước, nhưng Chúa Giê-xu thường nói như vậy trong sự giảng dạy của Ngài. Nó tóm lược niềm hy vọng được tiên tri. Ngài biết rằng Ngài đến để làm ứng nghiệm tất cả những gì Cựu Ước hướng đến. Ngài nói với các môn đồ: "... Nhưng phước cho mắt các ngươi vì thấy được; phước cho tai các ngươi, vì nghe được! Quả thật, ta nói cùng các ngươi, có nhiều đấng tiên tri, nhiều người công chính đã ước ao thấy điều các ngươi thấy, mà chẳng được thấy; ước ao nghe điều các ngươi nghe, mà chẳng được nghe" (Ma-thi-ơ 13:16–17). Nói về Cựu Ước, Chúa phán: "Ấy là Kinh Thánh làm chứng về Ta vậy" (Giăng 5:39).

Ứng nghiệm trong Đấng Christ

Tân Ước không bao giờ dẫn chúng ta đi đến chỗ mong đợi sẽ có sự ứng nghiệm các lời hứa trong Cựu Ước ở ngoài sự ứng nghiệm trong Đấng Christ (Hình 29). Ví dụ chúng ta không được khuyến khích đi tìm sự ứng nghiệm trong Nhà Nước Y-sơ-ra-ên và mong đợi một đền thờ mới được xây tại đó. Điều đó nghĩa là mong đợi một kiểu mẫu mới mà hiện đã bị phá hủy. Thực tế đời đời được tìm thấy trong Đấng Christ. Graeme Goldsworthy đã nói như vầy: "Đối với Tân Ước, việc giải thích Cựu Ước không phải theo 'nghĩa đen' mà là theo 'Đấng Christ học.'" Có nghĩa là Đấng Christ đến biến đổi tất cả những từ ngữ về vương quốc trong Cựu Ước thành thực tại của Phúc Âm".[1]

Một tác giả khác có một sự so sánh với câu chuyện về một người cha cách đây một thế kỷ. Ông hứa với cậu con trai rằng sẽ cho cậu một

---

1. Graeme Goldsworthy, *Gospel and Kingdom* (Exeter: Paternoster, 1981), tr. 91.

con ngựa vào sinh nhật lần thứ hai mươi mốt của cậu. Sau đó người ta phát minh ra xe hơi, vì vậy, khi đến ngày sinh nhật, cậu bé được tặng chiếc xe hơi thay vì con ngựa. Lời hứa vẫn được thực hiện, nhưng không phải theo nghĩa đen. Người cha không thể hứa cho con trai chiếc xe hơi vì cả hai đều không hiểu gì về khái niệm xe hơi. Tương tự, Đức Chúa Trời hứa với Y-sơ-ra-ên theo những cách họ có thể hiểu. Ngài dùng những sự việc họ quen thuộc, chẳng hạn dân tộc, đền thờ và thịnh vượng về vật chất trong xứ. Nhưng sự ứng nghiệm vượt ra những giới hạn của các khái niệm này. Mong đợi một sự ứng nghiệm theo nghĩa đen là đánh mất ý nghĩa: "Chờ đợi những sự ứng nghiệm trực tiếp, chẳng hạn của Ê-xê-chi-ên ở Trung Đông thế kỷ hai mươi, là đi vòng và bỏ qua thực tế cũng như chung cuộc của những gì chúng ta đã có trong Đấng Christ, sự hoàn tất những lời quả quyết tuyệt vời này. Điều đó giống như lấy chiếc xe hơi, nhưng vẫn mong đợi nhận được con ngựa".[2] Tất cả những lời hứa về vương quốc Đức Chúa Trời phải được hoàn tất trong Đấng Christ; Ngài là dân sự của Đức Chúa Trời, chỗ của Đức Chúa Trời và sự cai trị của Đức Chúa Trời.

Dân sự của Đức Chúa Trời

A-đam, con người đầu tiên, đã thất bại trong vai trò làm hình ảnh của Đức Chúa Trời và bị đuổi khỏi vườn. Đức Chúa Trời đã thực hiện một khởi đầu mới với dân Y-sơ-ra-ên, dân được kêu gọi để trở thành dân thánh của Ngài, phản chiếu bản tính của Ngài khi họ vâng theo luật pháp Ngài. Họ cũng thất bại và bị lưu đày. Nhưng chỗ A-đam và Y-sơ-ra-ên thất bại thì Chúa Giê-xu thành công. Ngài chính là điều dân sự Ngài phải trở thành: A-đam thật và Y-sơ-ra-ên thật.

Chúa Giê-xu là A-đam thật

Các sách Phúc Âm nhấn mạnh Chúa Giê-xu là con người thật sự. Ngài được sanh ra là một em bé; Ngài ngủ, Ngài khóc, Ngài mệt và thậm chí Ngài chết. Ngài thuộc dòng dõi A-đam (Lu-ca 3:23–28) và đồng hóa với dòng dõi A-đam trong phép báp-têm (Lu-ca 3:21–22). Nhưng, không

---

2. Chris Wright, *Knowing Jesus through the Old Testament* (London: Marshall Pickering, 1992), tr. 77.

giống A-đam, khi bị cám dỗ Ngài không phạm tội. Ngài là con người duy nhất hoàn toàn vâng phục Đức Chúa Trời, Cha Ngài. Do đó, Ngài chính là người từng sống trên đất nhưng không đáng bị trục xuất khỏi sự hiện diện của Đức Chúa Trời. Nhưng trên thập tự giá, Ngài sẵn sàng đối diện với hình phạt hết thảy chúng ta đều đáng phải chịu, những tội nhân gắn liền với A-đam đầu tiên. Kết quả là nếu chúng ta tin cậy Ngài, chúng ta bước vào một nhân loại mới, không do tội nhân A-đam đứng đầu, mà do Chúa Giê-xu, một A-đam mới công chính. Phao-lô viết: "... như bởi sự không vâng phục của một người [A-đam] mà mọi người khác đều thành ra kẻ có tội, thì cũng một lẽ ấy, bởi sự vâng phục của một người [Đấng Christ] mà mọi người khác sẽ đều thành ra công bình" (Rô-ma 5:19, xem Hình 30).

Chúa Giê-xu là Y-sơ-ra-ên thật

Khi Chúa Giê-xu còn nhỏ, Giô-sép và Ma-ri đưa Ngài qua Ai Cập để bảo vệ Ngài khỏi sự bức hại của Hê-rốt. Ma-thi-ơ nhận xét: "hầu cho ứng nghiệm lời Chúa đã dùng đấng tiên tri mà phán rằng: Ta đã gọi Con ta ra khỏi nước Ê-díp-tô" (Ma-thi-ơ 2:15). Một số nhà giải kinh cho rằng đây là cách dùng vô nguyên tắc lời tiên tri trong Cựu Ước. Câu trích dẫn lấy từ Ô-sê 11:1, không phải là lời hứa về Đấng Mê-si-a chỉ về một con người. Ngữ cảnh ban đầu cho thấy rõ rằng câu này nói đến cuộc xuất hành của dân tộc Y-sơ-ra-ên. Nhưng Ma-thi-ơ không ngây thơ, cũng không phải là vô nguyên tắc. Ông biết chính xác điều mình đang làm. Ông đang cố tình xem Chúa Giê-xu là Y-sơ-ra-ên. Nhưng Chúa Giê-xu thì khác. Ngài cũng bị cám dỗ, như dân Y-sơ-ra-ên khi ở trong đồng vắng, nhưng không giống họ, Ngài không sa ngã (Ma-thi-ơ 4:1–11).

Hình 30. Rô-ma 5:19

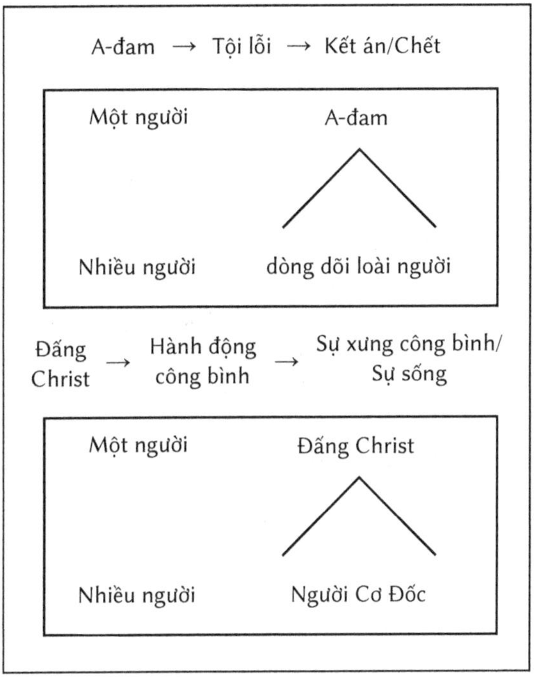

A-đam → Tội lỗi → Kết án/Chết

Một người	A-đam
Nhiều người	dòng dõi loài người

Đấng Christ → Hành động công bình → Sự xưng công bình/ Sự sống

Một người	Đấng Christ
Nhiều người	Người Cơ Đốc

Sau đó Ngài gọi các môn đồ đầu tiên. Việc lựa chọn mười hai môn đồ không phải là tình cờ; đó là một lời tuyên bố thận trọng. Ngài đang cùng lúc kêu gọi một Y-sơ-ra-ên mới, với mười hai môn đồ làm nền tảng, hơn là mười hai chi phái (4:18–22). Y-sơ-ra-ên cũ từ chối Chúa Giê-xu và đến lượt họ sẽ bị Đức Chúa Trời từ chối. Chúa Giê-xu nói: "nước Đức Chúa Trời sẽ cất khỏi các ngươi, và cho một dân khác là dân sẽ có kết quả của nước đó" (Ma-thi-ơ 21:43). Ngài báo trước về sự hủy phá Giê-ru-sa-lem như một biểu hiện kinh khủng của sự đoán phạt (Lu-ca 19:43–44). Điều đó được thực hiện bởi người La Mã năm 70 SC. Từ đó Y-sơ-ra-ên thật không còn tập trung vào xứ Palestine và không còn bao gồm những người thuộc dòng dõi Áp-ra-ham về phần xác. Ngược lại, nó bao gồm con cháu thuộc linh của ông: những người noi theo gương ông và đặt lòng tin nơi lời hứa của Đức Chúa Trời được hoàn tất trong Chúa Giê-xu, cả người Do Thái lẫn người Ngoại Bang: "... bởi đức tin mà lời hứa do ân điển được bảo đảm cho cả dòng dõi Áp-ra-ham, không những cho dòng dõi dưới quyền luật pháp mà cho cả dòng dõi đức tin của Áp-ra-ham, cũng là tổ phụ của tất cả chúng ta" (Rô-ma 4:16, BTTHĐ).

Chỗ của Đức Chúa Trời

A-đam và Ê-va tận hưởng sự hiện diện của Đức Chúa Trời với họ trong vườn trước khi sa ngã. Đức Chúa Trời cũng đến gần dân Y-sơ-ra-ên, sống giữa họ trong đền tạm rồi sau đó trong đền thờ. Nhưng đền thờ Giê-ru-sa-lem chỉ là hình bóng cho điều chúng ta có thể nhận lãnh trong Đấng Christ. Ngài là đền thờ thật, nơi chúng ta có thể bước vào sự hiện diện của Đức Chúa Trời cách trọn vẹn. Ngài không chỉ là con người thật; Ngài cũng là Đức Chúa Trời thật. Trong Đấng Christ, chính Đức Chúa Trời đã đến gần với chúng ta.

Chúa Giê-xu là đền tạm thật

"Ngôi Lời đã trở nên xác thịt, ở [hay "đóng trại"] giữa chúng ta" (Giăng 1:14).

Chúa Giê-xu là đền thờ thật

Sau khi Ngài đuổi những người kinh doanh ở đền thờ, một vài người Do Thái thách thức Chúa Giê-xu chứng minh thẩm quyền cho phép Ngài làm điều đó. Ngài trả lời: "Hãy phá đền thờ nầy đi, trong ba ngày ta sẽ dựng lại" (Giăng 2:19). Họ cho rằng Ngài đang nói về cơ sở vật chất, nhưng Giăng cho chúng ta biết "Ngài nói về đền thờ của thân thể mình" (2:21). Đền thờ Giê-ru-sa-lem chẳng bao lâu sẽ bị phá hủy. Nếu chúng ta muốn gặp mặt Chúa, chúng ta phải đi, không phải đến với cơ sở vật chất, mà là đến với Chúa Giê-xu (xem Giăng 4:21–24). Đứng trong sân đền thờ, Ngài nói: "Nếu người nào khát, hãy đến cùng ta mà uống. Kẻ nào tin ta thì sông nước hằng sống sẽ chảy từ trong lòng mình, y như Kinh thánh đã chép vậy" (Giăng 7:37–38). Chắc chắn Ngài đang nghĩ đến lời hứa về đền thờ mới của Ê-xê-chi-ên, mà từ đó một dòng sông sẽ tuôn chảy, đem sự sống cho mọi người (Ê-xê-chi-ên 47). Ngài là đền thờ đó, còn nước là Thánh Linh mà Ngài ban cho những người tin Ngài.

Quyền cai trị và phước hạnh của Đức Chúa Trời

Chúa Giê-xu mở đầu giao ước mới

Ngài đến không phải để phá bỏ luật pháp, nhưng để ứng nghiệm luật pháp (Ma-thi-ơ 5:17). Ngài tuân theo mọi yêu cầu của luật pháp cách trọn vẹn, do đó, chỉ mình Ngài không cần phải đối diện sự rủa sả của đoán xét mọi người phạm luật phải chịu. Nhưng trên thập tự giá, "Đấng Christ đã chuộc chúng ta khỏi sự rủa sả của luật pháp, bởi Ngài đã nên sự rủa sả vì chúng ta". Ngài chết để gánh lấy án phạt chúng ta đáng phải nhận để chúng ta có thể nhận lãnh phước hạnh của giao ước qua đức tin nơi Ngài (Ga-la-ti 3:13–14). Ngài sống cuộc đời trọn vẹn cho chúng ta, rồi chết thay cho chúng ta. Kết quả là "sự công bình của luật pháp" được "đáp ứng đầy đủ trong chúng ta" (Rô-ma 8:4). Một sự hoán chuyển tuyệt vời xảy ra. Nếu chúng ta tin Đấng Christ, chúng ta có thể chắc chắn rằng Ngài đã cất lấy tội lỗi của chúng ta cùng hình phạt dành cho nó, để Ngài có thể ban cho chúng ta sự công bình hoàn toàn của Ngài: "Đức Chúa Trời đã làm cho Đấng vốn chẳng biết tội lỗi trở nên tội lỗi vì chúng ta, hầu cho chúng ta nhờ Đấng đó mà được trở nên sự công bình của Đức Chúa Trời" (2 Cô-rinh-tô 5:21). Cho nên, sự chết của Chúa Giê-xu mở đầu giao ước mới: "Ngài là Đấng Trung Gian của giao ước mới; nhờ đó, những người được kêu gọi có thể nhận lãnh cơ nghiệp đời đời đã hứa cho mình, vì Ngài lấy cái chết để chuộc tội lỗi họ đã phạm dưới giao ước thứ nhất" (Hê 9:15, BTTHĐ).

Chúa Giê-xu là vua mới

Các tiên tri nói rõ rằng những lời hứa của Đức Chúa Trời sẽ được hoàn thành bởi một vị vua mới, là con cháu của Đa-vít. Ngài sẽ thiết lập sự cai trị của Đức Chúa Trời và mở đầu một kỷ nguyên mới, trong đó ảnh hưởng xấu xa từ sự sa ngã bị xóa bỏ. Các phép lạ của Chúa Giê-xu chỉ về sự thật rằng Ngài là vua. Chúng là các dấu hiệu của công cuộc sáng tạo mới Ngài đến để thiết lập. Khi Chúa Giê-xu chữa lành người bị quỷ ám, vừa mù vừa câm, đám đông kinh ngạc hỏi: "Người này cũng là con cháu Đa-vít sao?"

Người Pha-ri-si trả lời: "Người nầy chỉ nhờ Bê-ên-xê-bun là chúa quỉ mà trừ quỉ đó thôi".

Chúa Giê-xu chỉ ra mâu thuẫn hợp lý trong lời giải thích của họ: tại sao Sa-tan lại đi đuổi Sa-tan? "Mà nếu ta cậy Thánh Linh của Đức Chúa Trời để trừ quỉ, thì nước Đức Chúa Trời đã đến tận các ngươi" (Ma-thi-ơ 12:22–28). Vương quốc Đức Chúa Trời đã đến vì vua của Đức Chúa Trời đã đến. Đôi khi Ngài không trông giống một vị vua, nhất là khi Ngài chết cách yếu đuối trên thập tự giá. Nhưng đó là giờ phút chiến thắng quan trọng nhất của Ngài, khi Ngài đánh bại kẻ thù và giải phóng con người (Cô-lô-se 2:13–15). Rồi sau đó, vào ngày thứ ba, Ngài sống lại và thăng thiên, ngồi bên hữu của Cha. Sự sống lại tuyên bố chắc chắn rằng Ngài không chỉ là con cháu Đa-vít; Ngài cũng là Con Đức Chúa Trời (Rô-ma 1:4).

Chúa Giê-xu là nguồn ơn phước của Đức Chúa Trời

> Sự sống lại đánh dấu khởi đầu của một thời đại mới. Nếu chúng ta tin cậy Ngài, chúng ta cũng có thể vượt khỏi sự chết mà đến sự sống.

Ngài phán: "Hỡi những kẻ mệt mỏi và gánh nặng, hãy đến cùng ta, ta sẽ cho các ngươi được yên nghỉ" (Ma-thi-ơ 11:28). "Yên nghỉ" là mục tiêu trong sự sáng tạo của Chúa. Điều đó không có nghĩa chúng ta được tạo dựng để không làm gì cả, nhưng ngược lại Chúa muốn chúng ta dự phần trong sự yên nghỉ của Ngài, ngày Sa-bát tượng trưng cho sự hoàn hảo của công cuộc sáng tạo của Đức Chúa Trời. A-đam và Ê-va tận hưởng sự yên nghỉ đó trước khi sa ngã, như được mô tả trong Sáng 2; nhưng mọi thứ đã bị hỏng bởi tội lỗi của họ. Dân Y-sơ-ra-ên nếm biết điều này trong đất hứa trong vương quốc chưa trọn vẹn. Nhưng đó chỉ là sự phản chiếu mờ nhạt của điều Chúa muốn ban cho chúng ta ngày hôm nay trong Đấng Christ. Qua sự sống lại, Ngài mở đầu một thời kỳ mới. Ngài đối diện với hình phạt sự chết và xuất hiện ở bên kia của sự chết. Sự sống lại đánh dấu khởi đầu của một thời đại mới. Nếu chúng ta tin cậy Ngài, chúng ta cũng có thể vượt khỏi sự chết mà đến sự sống. Chúng ta có thể trải nghiệm sự sống như đã được tạo dựng bởi Đấng Sáng Tạo yêu thương: "... nếu ai ở trong Đấng Christ, thì nấy là người dựng nên mới; những sự cũ đã qua đi, nầy mọi sự đều trở nên mới" (2 Cô-rinh-tô 5:17).

Thập tự giá: cứu rỗi nhờ sự thay thế

Không có dấu hiệu cho thấy có sự lúng túng nào giữa vòng các Cơ Đốc nhân đầu tiên khi Chúa của họ bị giết như một tội phạm tầm thường bởi một phương pháp hành hình hèn hạ. Phao-lô thậm chí còn nói: "tôi chẳng khoe về điều gì ngoài thập tự giá của Chúa chúng ta là Đức Chúa Jêsus Christ. Nhờ thập tự giá ấy, thế gian đối với tôi đã bị đóng đinh, và tôi đối với thế gian cũng vậy" (Ga-la-ti 6:14, BTTHĐ). Ngài biết thập tự giá không phải là thất bại thảm hại; đó là chiến thắng huy hoàng. Vương quốc Đức Chúa Trời không thể đến bằng cách nào khác. Điều gì đó phải được thực hiện đối với tội lỗi và cơn giận của Đức Chúa Trời trước tội lỗi. Ngài không thể chỉ cần thôi tức giận; nếu làm như vậy Ngài không còn là Đức Chúa Trời. Sự công bình của Đức Chúa Trời đòi hỏi Ngài không thể nhắm mắt trước điều ác; nó phải bị trừng phạt. Bởi ân điển, Đức Chúa Trời sai con Ngài gánh lấy hình phạt đó thế cho chúng ta. Ngài chết thế, đối mặt với cơn giận của Đức Chúa Trời trước tội lỗi của con người. Ngài là Đấng mà Chiên Con của Lễ Vượt Qua và mọi tế lễ của Cựu Ước chỉ về. Kết quả là cơn thạnh nộ công bình của Đức Chúa Trời được thỏa mãn hay "làm nguôi", và nếu chúng ta tin nơi Đấng Christ, chúng ta không phải đối diện với điều đó nữa. "Đấng Christ cũng vì tội lỗi chịu chết một lần, là Đấng công bình thay cho kẻ không công bình, để dẫn chúng ta đến cùng Đức Chúa Trời" (1 Phi-e-rơ 3:18; xem thêm Rô-ma 3:21; 1 Giăng 2:2).

Hình 31. Vương quốc hiện tại

Vương quốc của Đức Chúa Trời	Dân sự của Chúa	Chỗ của Chúa	Sự cai trị và phước hạnh của Chúa
Kiểu mẫu của vương quốc	A-đam và Ê-va	Vườn Ê-đen	Lời Chúa; các mối liên hệ hoàn hảo
Vương quốc bị phá hủy	Không có ai	Bị đuổi	Bất tuân và rủa sả
Vương quốc được hứa	Con cháu Áp-ra-ham	Ca-na-an	Phước lành cho Y-sơ-ra-ên và các dân tộc
Vương quốc chưa trọn vẹn	Dân Y-sơ-ra-ên	Ca-na-an (và Giê-ru-sa-lem và đền thờ)	Luật pháp và nhà vua
Vương quốc được tiên tri	Dân Y-sơ-ra-ên sót lại; bao gồm mọi dân tộc	Đền thờ mới; sự sáng tạo mới	Giao ước mới; vua mới; phước hạnh mới
Vương quốc hiện tại	Chúa Giê-xu Christ: A-đam mới, Y-sơ-ra-ên mới	Chúa Giê-xu Christ: đền tạm mới; đền thờ mới	Chúa Giê-xu Christ: giao ước mới; sự yên nghỉ

Hình 32. Thành tựu của thập tự giá

Sự cứu rỗi Đấng Christ giành được cho chúng ta tuyệt vời đến nỗi không một hình ảnh nào có thể diễn đạt cách đầy đủ được. Tân Ước dùng nhiều hình ảnh, tất cả đều bắt nguồn từ việc Đấng Christ chết thay cho chúng ta để gánh hình phạt của chúng ta.

Sự cứu chuộc

Chúng ta được tự do vì giá đã được trả: "... vì biết rằng chẳng phải bởi vật hay hư nát như bạc hoặc vàng mà anh em đã được chuộc khỏi sự ăn ở không ra chi của tổ tiên truyền lại cho mình, bèn là bởi huyết báu Đấng Christ, dường như huyết của chiên con không lỗi không vít" (1 Phi 1:18–19).

Sự giải hòa

Chúng ta là kẻ thù của Đức Chúa Trời, nhưng bây giờ chúng ta là bạn của Ngài. "Mọi điều đó đến bởi Đức Chúa Trời, Ngài đã làm cho chúng ta nhờ Đấng Christ mà được hòa thuận lại cùng Ngài, và đã giao chức vụ giảng hòa cho chúng ta" (2 Cô-rinh-tô 5:18).

Sự xưng công bình

Chúng ta ở dưới sự kết án của Đức Chúa Trời, nhưng bây giờ chúng ta trở nên công chính trong mắt Ngài: "... vì mọi người đều đã phạm tội, thiếu mất sự vinh hiển của Đức Chúa Trời, và họ nhờ ân điển Ngài mà được xưng công bình nhưng không" (Rô-ma 3:23–24).

Sự chinh phục

Chúng ta bất lực trước các thế lực tâm linh xấu xa tóm chặt lấy chúng ta. Nhưng sự chết của Đấng Christ giải phóng chúng ta khỏi ách nô lệ của sự chết, và do đó, chúng ta được tự do khỏi quyền lực của Sa-tan: "Ngài đã truất bỏ các quyền cai trị cùng các thế lực, dùng thập tự giá chiến thắng chúng nó, và nộp ra tỏ tường giữa thiên hạ" (Cô-lô-se 2:15).

Bốn Phúc Âm

Có nhiều sự tương đồng trong phát ngôn giữa các sách Tin Lành "cộng quan" (Ma-thi-ơ, Mác, Lu-ca). Dường như có mối liên hệ mang tính văn chương giữa các tác giả, mặc dù không ai biết chính xác ai sao chép từ ai và có ai trong số họ dựa vào một nguồn chung nào khác nữa không. Phúc Âm của Giăng được viết với một văn phong rất khác và chứa đựng nhiều tư liệu duy nhất. Các sách Tin Lành không mâu thuẫn nhau, nhưng cho chúng ta các bản ký thuật bổ sung cho nhau về điều Chúa Giê-xu nói và làm. Mặc dù chúng có nhiều điểm giống nhau, nhưng mỗi sách cung cấp những đóng góp đặc biệt cho sự hiểu biết của chúng ta về Chúa Giê-xu.

Ma-thi-ơ: Chúa Giê-xu là Đấng Christ của Kinh Thánh Cựu Ước

Ma-thi-ơ nghĩ chủ yếu đến những thính giả Do Thái, nên ông nhấn mạnh Chúa Giê-xu đến để làm ứng nghiệm Cựu Ước. Có hơn 100 câu trích từ Cựu Ước trong Phúc Âm Ma-thi-ơ. Mười hai lần Ma-thi-ơ mở đầu lời trích dẫn bằng cách nói: "Việc này xảy ra để ứng nghiệm điều Chúa đã phán qua tiên tri...". (vd. 1:22; 2:15,17).

Mác: Chúa Giê-xu là Đầy Tớ Chịu Khổ kêu gọi chúng ta cùng chịu khổ

Mác là Phúc Âm có hai phần. Nửa đầu kết thúc khi Phi-e-rơ nhận biết Chúa Giê-xu là Đấng Christ (8:29). Nửa sau tập trung vào thập tự giá: "Ngài khởi sự dạy môn đồ rằng Con người phải chịu khổ nhiều, ... phải chịu giết, ..." (8:31). Và các môn đồ phải đi con đường Ngài đã đi qua: "Nếu ai muốn theo ta, phải liều mình, vác thập tự giá mình mà theo ta" (8:34).

Lu-ca: Chúa Giê-xu là Chúa Cứu Thế của thế giới

Với Lu-ca, sự cứu rỗi bao gồm hai ơn phước lớn: sự tha tội và ân tứ của Đức Thánh Linh. Sự cứu rỗi không giới hạn cho những người mộ đạo hay người Do Thái; mà cho tất cả mọi hạng người và mọi dân tộc.

Chúng ta thấy những người nam người nữ, trẻ con, người lớn, giàu và nghèo, người Do Thái và người Ngoại bang, tất cả đều nhận ân sủng từ Chúa Giê-xu. Quyển thứ nhì của Lu-ca, sách Công Vụ Các Sứ Đồ, cho thấy tin tốt lành về Ngài lan truyền khắp thế giới như thế nào.

Giăng: Chúa Giê-xu là Con Đức Chúa Trời, ban sự sống đời đời

Giăng mô tả đặc tính của Chúa Giê-xu là Con đời đời, độc nhất vô nhị của Đức Chúa Cha. Vì thế, Ngài có những lời tuyên bố về chính mình khiến người khác sửng sốt trong các câu nói "Ta là", chẳng hạn "Ta là sự sáng của thế gian" và "Ta là đường đi, chân lý và sự sống" (8:12; 14:6). Những lời tuyên bố này được hỗ trợ bởi hàng loạt các phép lạ, hay "dấu kỳ". Những điều này nhằm thúc đẩy niềm tin nơi Chúa Giê-xu: "Nhưng các việc nầy đã chép, để cho các ngươi tin rằng Đức Chúa Jêsus là Đấng Christ, tức là Con Đức Chúa Trời, và để khi các ngươi tin, thì nhờ danh Ngài mà được sự sống" (Giăng 20:31).

Nhạc trưởng quay về

Khi tôi đi dự buổi hòa nhạc cổ điển, tôi luôn kinh ngạc trước dàn nhạc, gồm rất nhiều người với các nhạc cụ khác nhau, lại có thể kết hợp để tạo thành một âm thanh tuyệt vời đến thế. Họ phụ thuộc vào hai yếu tố quan trọng: bản nhạc, cho họ biết đánh nốt nào, và người nhạc trưởng, điều khiển họ khi họ đánh các nốt nhạc. Sẽ là thảm họa nếu dàn nhạc cố gắng loại bỏ người nhạc trưởng: họ sẽ không biết khi nào vô hoặc chơi ở tốc độ nào. Và sẽ càng tồi tệ hơn nếu họ xé mất bản nhạc.

Đó là điều con người chúng ta đã làm. Đức Chúa Trời là người sáng tác đã tạo dựng thế giới này, và Ngài có những hướng dẫn về cách chúng ta phải sống; bản nhạc Ngài muốn chúng ta chơi. Nhưng chúng ta làm lơ. Chúng ta thà chơi các nốt nhạc của riêng mình theo tốc độ của riêng mình, vì thế chúng ta loại bỏ Ngài và xé toạc bản nhạc. Không có gì nhạc nhiên khi trong thế giới không có sự hòa hợp. Làm sao có được nếu chúng ta cứ khăng khăng chơi với giai điệu của chính mình? Kết quả là một điệu nhạc chói tai khủng khiếp. Chúng ta rất cần một nhạc trưởng nếu muốn bắt đầu chơi lại các nốt nhạc cho đúng. Ngoài ra, không còn hy vọng nào khác cho thế giới.

Chúa Giê-xu vừa là nhà soạn nhạc, vừa là nhạc trưởng. Ngài đến để phục hồi trật tự. Ngài muốn thay đổi âm thanh chói tai khó chịu trong cuộc sống và thế giới của chúng ta thành tiếng nhạc tuyệt vời như mục đích Ngài đã tạo nên: một bản nhạc giao hưởng ngợi khen Đấng Sáng Tạo. Chính Ngài đã chơi bản nhạc hoàn hảo đó khi Ngài sống trong sự vâng phục Đức Chúa Cha cách trọn vẹn. Bởi sự chết trên thập tự giá, Ngài khiến chúng ta có thể quay về với dàn nhạc của Đức Chúa Trời, cho dù chúng ta từng đối xử với Ngài ra sao. Rồi, bởi sự phục sinh, Ngài được lập làm nhạc trưởng đời đời. Nếu chúng ta noi theo gương của Ngài, chúng ta sẽ lại tìm thấy vị trí thích hợp của mình trong thế giới của Đức Chúa Trời. Cuộc sống của chúng ta sẽ có ý nghĩa và bắt đầu phát ra tiếng nhạc tuyệt vời trở lại, đem đến sự ngợi khen Đức Chúa Trời.

Nhưng chúng ta không cần phải quá khúm núm thừa nhận rằng ngay bây giờ chúng ta vẫn còn phát ra nhiều nốt chói tai và chúng ta sống trong một thế giới đầy những nốt nghịch. Nhạc trưởng đã đến, còn chúng ta vẫn chưa vâng phục Ngài, nhiều người hoàn toàn từ chối thừa nhận Ngài. Nói theo ngôn ngữ Kinh Thánh, nước Trời đã đến, nhưng chưa trọn vẹn. Chúa Giê-xu dạy các môn đồ rằng Ngài sẽ rời trái đất, và sẽ có sự trì hoãn trước khi Ngài trở lại. Chỉ khi nào Ngài trở lại mọi sự mới tốt đẹp và mọi nốt nghịch sẽ bị loại bỏ mãi mãi. Chương tiếp theo sẽ xem Kinh thánh dạy gì về điều chúng ta có thể mong đợi trong khi chờ đợi giữa sự trở lại lần thứ nhất và lần thứ nhì của Chúa Giê-xu.

Hình 33. Câu chuyện cho đến thời điểm này: sự ra đời của Đấng Christ

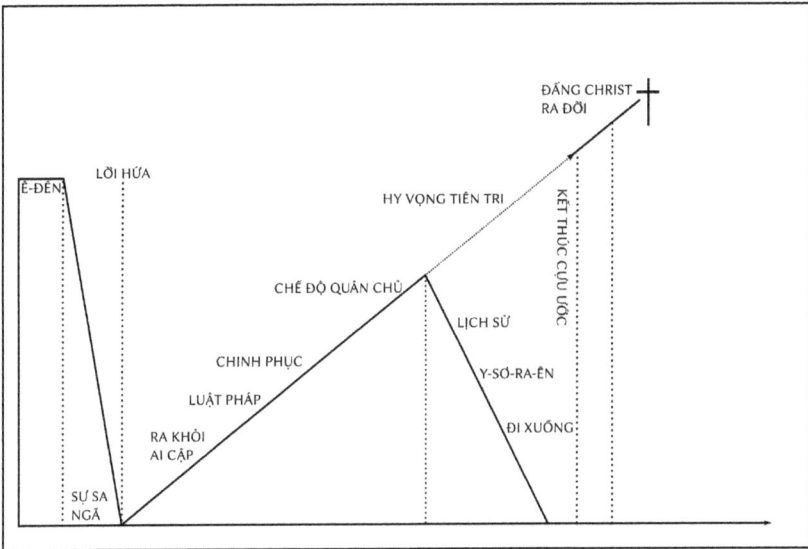

Học Kinh Thánh 📖

Lu-ca 1:39–80; 2:25–32

Lời nói của Ma-ri, Xa-cha-ri và Si-mê-ôn dạy chúng ta điều gì về sự cứu rỗi Chúa Giê-xu đem đến?

Chúng chỉ về sự ứng nghiệm các phân đoạn Kinh Thánh Tân Ước sau đây như thế nào?

• Sáng 12:1–3

• 2 Sa-mu-ên 7:11–16

• Ê-sai 9:2–7

• Ê-sai 42:5–7

• Ê-sai 49:5–7

- Giê-rê-mi 31:31–34

- Ma-la-chi 3:1

Chúng ta nên đáp ứng ra sao?

Chương 7

Vương quốc được công bố

Chúng ta đã thấy cách Chúa Giê-xu làm ứng nghiệm mọi lời hứa của Đức Chúa Trời. Ngài là Đấng Cựu Ước cùng hướng về: vua của Đức Chúa Trời, Đấng Mê-si-a. Ngay khi các môn đồ bắt đầu nhận ra lẽ thật, họ mong đợi nước Trời đến cách trọn vẹn. Các tiên tri nói rõ rằng đến lúc ứng nghiệm hoàn toàn, Đấng Mê-si-a sẽ đem đến sự phân chia lớn: kẻ thù của Chúa sẽ bị đoán xét, còn dân sự Ngài được minh oan. Mọi vật rồi sẽ được đổi mới mãi mãi. Nhưng điều đó chưa xảy ra. Thay vào đó Chúa Giê-xu dạy họ rằng Ngài phải chết. Không đánh bại kẻ thù mà bị kẻ thù đánh bại; ít ra là có vẻ như vậy.

Không có gì ngạc nhiên khi các môn đồ thất vọng khi Chúa Giê-xu chết. Họ vẫn chưa hiểu các lời tiên tri rằng Đấng Christ phải chết nếu nước Trời phải đến. Hy vọng trở lại vào ngày Phục sinh đầu tiên khi Chúa Giê-xu sống lại. Ngài được xác nhận: Ngài thật là Đấng Mê-si-a như Ngài đã tuyên bố. Nhưng sự phân chia lớn vẫn chưa đến. Các môn đồ không nên ngạc nhiên. Chúa Giê-xu thường nói với họ Ngài sẽ rời trái đất và chỉ trở lại sau sự trì hoãn như thế nào (vd. Ma-thi-ơ 24:36–25:46). Các lời hứa về nước Trời sẽ không được ứng nghiệm cách đầy đủ cho đến khi Ngài trở lại lần thứ hai. Chúa Giê-xu bảo chúng ta phải sẵn sàng cho ngày đó: "Hãy tỉnh thức, vì các ngươi không biết ngày, cũng không biết giờ" (Ma-thi-ơ 25:13).

Ngày sau rốt

Kinh Thánh gọi thời gian giữa lần đến thứ nhất và thứ nhì của Đấng Christ là "ngày sau rốt" (vd. 2 Ti-mô-thê 3:1; Gia-cơ 5:3). Đây là thời kỳ các thư tín Tân Ước được viết ra và thời kỳ chúng ta đang sống ngày hôm nay. Đó là chỗ giao nhau giữa hai thời kỳ: "đời này" và "đời

sau" (vd. Ma-thi-ơ 12:32; xem Hình 34). Vương quốc của Đức Chúa Trời
vừa "hiện tại", vừa "chưa đến". Nó đã đến với sự xuất hiện của Chúa
Giê-xu trên đất và qua sự chết cũng như sự sống lại của Ngài. Ngài nói
về vương quốc như một thực tế trong hiện tại. Nó được biểu hiện trong
chính mục vụ của Ngài trên đất và bây giờ bất cứ ai cũng có thể bước
vào (vd. Ma-thi-ơ 12:28; 19:14; v.v...). Nhưng vương quốc cũng là điều gì
đó chúng ta phải mong đợi trong tương lai. Chỉ khi Chúa Giê-xu trở lại
thì vương quốc mới sẽ được bắt đầu cách trọn vẹn và Chúa Giê-xu sẽ
nói với dân Ngài: "Hỡi các ngươi được Cha ta ban phước, hãy đến mà
nhận lấy nước thiên đàng đã sắm sẵn cho các ngươi từ khi dựng nên trời
đất" (Ma-thi-ơ 25:34). Nếu chúng ta đặt lòng tin vào Đấng Christ, chúng
ta thuộc về sự sáng tạo mới, nhưng chưa nhận lãnh hết mọi phước hạnh.
Hiện giờ, chúng ta phải sống trong một thế giới sa ngã, mang dấu vết
của tội lỗi và sự đoán phạt của Đức Chúa Trời.

Hình 34. Nước Trời, đời này và đời sau

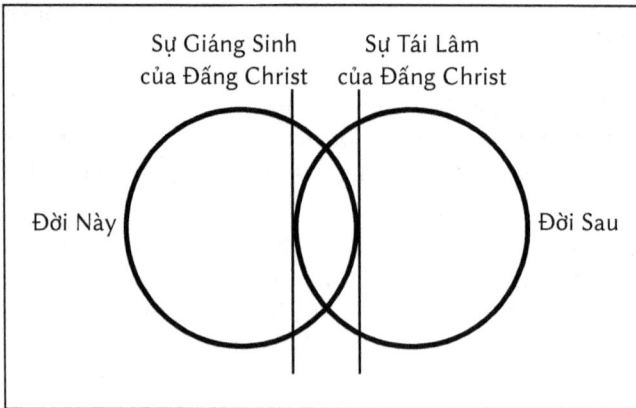

Lý do trì hoãn

Phi-e-rơ đoán trước rằng những người hay hoài nghi sẽ thắc mắc
tại sao Chúa Giê-xu chưa trở lại: "... trong những ngày sau rốt, sẽ có
mấy kẻ hay giễm chê, dùng lời giễu cợt, ở theo tình dục riêng của mình,
đến mà nói rằng: Chớ nào lời hứa về sự Chúa đến ở đâu?" (2 Phi-e-
rơ 3:3–4). Ông khích lệ Cơ Đốc nhân: "... Hỡi kẻ rất yêu dấu, chớ nên

quên rằng ở trước mặt Chúa một ngày như ngàn năm, ngàn năm như một ngày. Chúa không chậm trễ về lời hứa của Ngài như mấy người kia tưởng đâu, nhưng Ngài lấy lòng nhịn nhục đối với anh em, không muốn cho một người nào chết mất, song muốn cho mọi người đều ăn năn" (câu 8–9). Hai ngàn năm không phải là lâu trong cái nhìn của Chúa. Ngài cố tình trì hoãn sự trở lại của Cứu Chúa Giê-xu để mọi người có cơ hội nghe Phúc Âm và ăn năn trước khi quá muộn. Đó là lý do tôi gọi thời kỳ này là "vương quốc được công bố". Đó là thời kỳ công bố Phúc Âm cho mọi dân tộc, như chính Chúa Giê-xu đã nói rõ.

Ngay trước khi Chúa Giê-xu về trời, Ngài bảo các môn đồ: "Có lời chép rằng Đấng Christ phải chịu đau đớn dường ấy, ngày thứ ba sẽ từ kẻ chết sống lại, và người ta sẽ nhân danh Ngài mà rao giảng cho dân các nước sự ăn năn để được tha tội, bắt đầu từ thành Giê-ru-sa-lem. Các ngươi làm chứng về mọi việc đó; ta đây, sẽ ban cho các ngươi điều Cha ta đã hứa, còn về phần các ngươi, hãy đợi trong thành cho đến khi được mặc lấy quyền phép từ trên cao" (Lu-ca 24:46–49). Có một mạng lệnh và một lời hứa. mạng lệnh là đi công bố Phúc Âm cho toàn thế giới. Đó là một công tác nặng nề cho một nhóm nhỏ những người yếu đuối và hay sợ. Nhưng họ không phải tự xoay sở một mình. Đức Chúa Trời hứa ban cho họ quyền phép: sự hiện diện của Đức Thánh Linh trong đời sống họ.

Cũng mạng lệnh và lời hứa đó được tìm thấy trong phần mở đầu sách Công Vụ Các Sứ Đồ, quyển thứ hai của Lu-ca. Sách tiếp tục câu chuyện từ khi Chúa Giê-xu thăng thiên đến những năm đầu của hội thánh Cơ Đốc. Các môn đồ hỏi Chúa Giê-xu: "Lạy Chúa, có phải trong lúc nầy Chúa sẽ lập lại nước Y-sơ-ra-ên chăng?" (1:6). Câu hỏi của họ cho thấy họ hiểu thật ít điều Chúa dạy họ. Họ vẫn chưa nhận ra rằng mối quan tâm của Chúa Giê-xu không giới hạn cho Y-sơ-ra-ên; mà cho mọi người khắp mọi nơi. Và họ vẫn không nhận biết rằng phải có sự trì hoãn trước khi Ngài trở lại, một giai đoạn trong đó Phúc Âm được công bố trên khắp thế giới trong quyền năng của Thánh Linh.

Chúa Giê-xu trả lời: "Kỳ hạn và ngày giờ mà Cha đã tự quyền định lấy, ấy là việc các ngươi chẳng nên biết. Nhưng khi Đức Thánh Linh giáng trên các ngươi, thì các ngươi sẽ nhận lấy quyền phép, và làm chứng về ta tại thành Giê-ru-sa-lem, cả xứ Giu-đê, xứ Sa-ma-ri, cho đến cùng trái đất" (1:7–8).

Sau khi nói những lời này, Chúa Giê-xu lên trời. Một thiên sứ an ủi họ: "Jêsus nầy đã được cất lên trời khỏi giữa các ngươi, cũng sẽ trở lại như cách các ngươi đã thấy Ngài lên trời vậy" (1:11). Nhưng trước tiên, họ có một việc phải làm. Chúa Giê-xu phán: "... Tin lành nầy về nước Đức Chúa Trời sẽ được giảng ra khắp đất, để làm chứng cho muôn dân. Bấy giờ sự cuối cùng sẽ đến" (Ma-thi-ơ 24:14).

Ban Đức Thánh Linh

Các Cơ Đốc nhân đầu tiên không phải chờ đợi lâu trước khi nhận lãnh ân tứ của Thánh Linh. Họ tập họp nhau lại tại một chỗ vào ngày Lễ Ngũ Tuần khi Đức Thánh Linh giáng trên họ. Ngay tức thì, họ bắt đầu rao giảng Phúc Âm bằng "tiếng" khác (hay "ngôn ngữ"). Đó là dấu hiệu rất rõ cho thấy Thánh Linh được ban cho vì một mục đích đặc biệt: giúp họ lan truyền tin tốt lành về Đấng Christ khắp thế giới. Đức Chúa Trời đang hành động để đảo ngược những ảnh hưởng của sự lộn xộn các ngôn ngữ, vốn là hình phạt của Ngài sau việc xây dựng tháp Ba-bên (Sáng 11). Trong quá khứ, các dân tộc bị chia cắt, nhưng bây giờ, qua Phúc Âm, Đức Chúa Trời đang triệu tập một dòng dõi đa quốc gia, hiệp một trong Cứu Chúa Giê-xu Christ. Người ngoài cuộc lúc đó không hiểu được. Họ không thể giải thích chuyện gì đang xảy ra. Phi-e-rơ giải thích rằng Đức Chúa Trời đang hoàn thành lời hứa của Ngài qua tiên tri Giô-ên: "Trong những ngày sau cùng,Ta sẽ đổ Thánh Linh Ta trên tất cả mọi người" (Công 2:17, BDM).

Chúng ta có thể gọi ngày sau rốt là "thời đại của Thánh Linh". Dĩ nhiên, Ngài đã hoạt động trước đó: Thánh Linh là Đức Chúa Trời đời đời. Nhưng trong thời Cựu Ước, Ngài chỉ ở trong một số người đặc biệt, chẳng hạn như các vua và các tiên tri, để trang bị họ cho những nhiệm vụ đặc biệt. Còn bây giờ, Ngài sẽ ở trong mọi con dân của Đức Chúa Trời. Tất cả sẽ nhận được quyền phép để nói tiên tri trong danh Ngài, nói cho người khác về Cứu Chúa Giê-xu. Phần còn lại của sách Công Vụ kể câu chuyện về sự khởi đầu, khi Phúc Âm từ từ lan truyền từ Giê-ru-sa-lem đến Giu-đê, Sa-ma-ri và tận cùng trái đất để ứng nghiệm lời nói của Chúa Giê-xu trong 1:8. Sách kết thúc khi Phao-lô ở tại La Mã, trung tâm của thế giới phương tây lúc bấy giờ.

Hai ngàn năm sau, Đức Chúa Trời tiếp tục kiên nhẫn và vẫn trì hoãn sự đoán xét. Trách nhiệm của chúng ta là nói tin tốt lành của Đấng Christ trong quyền phép Thánh Linh cho càng nhiều người càng tốt.

Hình 35. Niên đại của những ngày sau rốt

1. Ban Đức Thánh Linh	2. Phúc Âm được giảng cho mọi dân tộc	3. Chúa Giê-xu trở lại

Công việc của Thánh Linh

Đức Chúa Trời đang hành động bởi chính Thánh Linh để mở rộng vương quốc của Ngài trong những ngày sau rốt. Công việc của Ngài bao gồm các mục vụ lớn sau đây.

Ngài đem đến sự tái sanh

Chúa Giê-xu nói với Ni-cô-đem rằng "nếu một người chẳng sanh lại, thì không thể thấy được nước Đức Chúa Trời" (Giăng 3:3). Hết thảy chúng ta đều có bản tính chống nghịch Đức Chúa Trời, không bao giờ tự mình ăn năn và đặt lòng tin vào Đấng Christ; phải có phép lạ nếu muốn điều đó xảy ra. Công việc lớn lao của Chúa Thánh Linh là thực hiện phép lạ đó. Chúa Giê-xu dạy rằng để được tái sanh chúng ta cần được "sanh lại bởi Thánh Linh" (Giăng 3:5). Thánh Linh cáo trách chúng ta về tội lỗi (Giăng 16:7–11), rồi chỉ chúng ta đến với Chúa Giê-xu là Đấng có thể giải quyết tội lỗi. Mối quan tâm của Thánh Linh là tập chú, không phải vào chính Ngài mà vào Chúa Giê-xu, Đấng đã nói về Ngài rằng: "Ấy chính Ngài sẽ làm sáng danh ta, vì Ngài sẽ lấy điều thuộc về ta mà rao bảo cho các người" (Giăng 16:14). Khi chỉ chúng ta đến với Chúa Giê-xu, Ngài mở mắt để chúng ta hiểu lẽ thật về Ngài (1 Tê-sa-lô-ni-ca 1:4–5), và khiến chúng ta đặt lòng tin nơi Ngài. Lúc đó, chúng ta được sanh lại và Ngài bước vào cuộc đời chúng ta. Mọi tín hữu đều có Thánh Linh sống trong lòng; nếu không, chúng ta không thể trở thành Cơ Đốc nhân: "... song nếu ai không có Thánh Linh của Đấng Christ, thì người ấy chẳng thuộc về Ngài" (Rô-ma 8:9).

Phép lạ về sự tái sanh được thực hiện bởi Thánh Linh qua Lời Đức Chúa Trời. Chúng ta không được phân ra Lời Chúa và Thánh Linh như thể cả hai hoạt động trong phạm vi khác nhau. Phao-lô cho chúng ta biết Lời Chúa là "gươm của Thánh Linh" (Ê-phê-sô 6:17). Phi-e-rơ nhắc các độc giả của ông rằng "anh em đã được lại sanh, chẳng phải bởi giống hay hư nát, nhưng bởi giống chẳng hư nát, là bởi lời hằng sống và bền vững của Đức Chúa Trời" (1 Phi 1:23). Ông không mâu thuẫn với lời dạy của Chúa Giê-xu rằng chúng ta được sanh lại bởi Thánh Linh. Chính khi Lời của Đức Chúa Trời (Phúc Âm được tìm thấy trong Kinh Thánh) được công bố, Thánh Linh mới hành động để kêu người ta đến với Đấng Christ.

Ngài trang bị chúng ta để phục vụ Đấng Christ

Chúng ta đã thấy rằng Thánh Linh được ban cho để giúp chúng ta có thể thực thi Đại Mạng Lệnh của Chúa Giê-xu: đem Phúc Âm đến cho mọi dân tộc. Tự sức mình, chúng ta yếu đuối và hay sợ, nhưng với sự giúp đỡ của Thánh Linh, chúng ta có can đảm đứng về phía Đấng Christ trong một thế giới thù địch.

Chẳng bao lâu sau ngày Lễ Ngũ Tuần, Phi-e-rơ và Giăng bị bỏ tù vì giảng Tin Lành và sau đó bị đem đến trước Tòa Công Luận, là hội đồng cai trị của người Do Thái. Họ phải sợ hãi chứ, mạng sống họ đang bị đe dọa. Chỉ vài tuần trước đó, họ thấy Chúa Giê-xu bị đóng đinh, và họ biết họ cũng có thể đối diện với số phận tương tự. Thật là dễ khiến để thỏa hiệp, nhưng ngược lại, Phi-e-rơ mạnh mẽ nói về Đấng Christ. Lu-ca cho biết bí quyết của sự can đảm của Phi-e-rơ: ông được "đầy dẫy Đức Thánh Linh" (Công 4:8). Chúng ta nên cầu xin cùng một Thánh Linh đó ban cho chúng ta sức mạnh để dạn dĩ trong việc làm chứng cho Đấng Christ ngày nay. Chúng ta không thể tuyên bố cá nhân hay hội thánh được đầy dẫy Đức Thánh Linh nếu chúng ta không tích cực truyền giảng; mối quan tâm lớn của Thánh Linh là dẫn người ta đến với Đấng Christ.

Thánh Linh cũng trang bị chúng ta trong sự phục vụ lẫn nhau. Mỗi người trong chúng ta nhận lãnh ân tứ thuộc linh Chúa muốn chúng ta dùng để đem ích lợi cho các Cơ Đốc nhân khác. Chúng ta là chi thể

Hình 36. Đức Chúa Trời và các dân tộc

Là Đấng Tạo Dựng mọi người, Đức Chúa Trời luôn quan tâm đến mọi dân tộc, chứ không chỉ Y-sơ-ra-ên mà thôi.

• *Vương quốc được hứa.* Chúa hứa với Áp-ra-ham: "... các chi tộc nơi thế gian sẽ nhờ ngươi mà được phước" (Sáng 12:3). Ông sẽ là "cha của nhiều dân tộc" (17:3).

• *Vương quốc chưa trọn vẹn.* Y-sơ-ra-ên phải là một "nước thầy tế lễ" (Xuất 19), là người trung gian giữa Đức Chúa Trời và các dân tộc. Một số người ngoại quốc cũng nhận được phước Chúa ban họ, ví dụ như Ra-háp (Giô-suê 6), Nữ Vương Sê-ba (1 Vua 10) và Na-a-man (2 Vua 5).

• *Vương quốc được tiên tri.* Đầy tớ của Đức Chúa Trời sẽ là "ánh sáng cho Dân Ngoại" và "mọi đầu cùng đất sẽ thấy sự cứu rỗi của Đức Chúa Trời chúng ta" (Ê-sai 42:6; 52:10).

• *Vương quốc hiện tại.* Chức vụ trên đất của Chúa Giê-xu tập trung vào người Do Thái (Ma-thi-ơ 15:24), nhưng Ngài cũng đem sự cứu rỗi đến cho Dân Ngoại nữa (ví dụ Ma-thi-ơ 8:5–13; 15:21–28). Ngài dạy rằng việc Y-sơ-ra-ên từ chối Ngài sẽ dẫn đến sự đoán phạt của Chúa trên họ. Sau đó Phúc Âm sẽ được rao giảng cho mọi dân tộc (Ma-thi-ơ 21:43; 24:14).

• *Vương quốc được công bố.* Các tín hữu Cơ Đốc được ban Thánh Linh để trang bị chúng ta cho việc đem Phúc Âm đến cho mọi người. Sứ mạng không phải dành cho một số ít người sốt sắng; đó là bổn phận của hết thảy chúng ta. Chúa Giê-xu ra lệnh cho chúng ta "đi và khiến muôn dân trở nên môn đồ" (Ma-thi-ơ 28:19).

• *Vương quốc hoàn hảo.* Gia đình của Đức Chúa Trời trên trời sẽ bao gồm đại diện "từ mọi nước, mọi chi phái, mọi dân tộc, mọi tiếng" (Khải 7:9).

trong một thân, được Chúa tạo dựng để làm việc với nhau vì sự vinh hiển của danh Ngài (1 Cô 12:12–31). Cũng như mỗi chi thể trong thân có đóng góp quan trọng như thế nào, thì từng Cơ Đốc nhân được Chúa ban ân tứ vì lợi ích của cả thân thể ấy: "Đức Thánh Linh tỏ ra trong mỗi một người, cho ai nấy đều được sự ích chung" (1 Cô-rinh-tô 12:7).

Hình 37. Ba thì của sự cứu rỗi

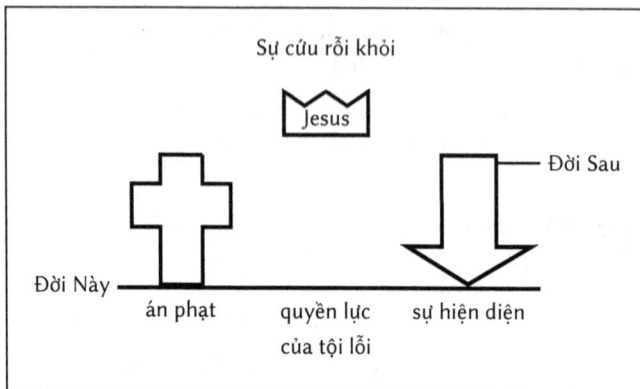

Sự cứu rỗi khỏi

Jesus

Đời Sau

Đời Này

án phạt   quyền lực   sự hiện diện
của tội lỗi

Ngài đem lại sự thánh khiết

Kinh Thánh dùng ba thì để nói đến sự cứu rỗi (Hình 37). Nếu chúng ta tin Đấng Christ, chúng ta đã được cứu, trong quá khứ, khỏi *án phạt* của tội lỗi bởi sự chết của Đấng Christ: "Nhờ ân điển mà anh em được cứu" (Ê-phê-sô 2:8). Chúng ta sẽ không sợ hãi gì vào ngày đoán xét vì Đấng Christ đã đối diện hình phạt thế chỗ chúng ta. Nhưng đáng buồn thay, tội lỗi là điều hoàn toàn có thật trong cuộc sống chúng ta. Chỉ trong tương lai, khi Đấng Christ trở lại, thì chúng ta mới sẽ thoát khỏi *sự hiện diện* của tội lỗi. Vì vậy, Kinh Thánh thỉnh thoảng nói đến sự cứu rỗi như là điều gì đó vẫn chưa đến. Chúng ta sẽ nhận được đầy đủ phước hạnh trong tương lai (vd. 1 Cô-rinh-tô 3:15; 1 Ti-mô-thê 2:15). Bây giờ chỉ còn thì hiện tại (vd. 1 Cô 1:18; 15:2). Trong hiện tại, chúng ta được cứu khỏi *quyền lực* của tội lỗi. Mặc dù chúng ta sẽ không bao giờ vô tội ở bên đây thiên đàng, nhưng Đức Chúa Trời hành động trong chúng ta bởi Thánh Linh để giúp chúng ta chiến đấu với tội lỗi trong đời sống và trở nên giống Chúa hơn. Chúng ta phải chắc chắn thực hiện phần việc của mình và cố gắng kháng cự điều ác, nhưng chúng ta không bị bỏ mặc để tự làm điều đó. Chính "nhờ Thánh Linh" mà chúng ta "giết chết những hành vi xấu của thể xác" (Rô-ma 8:13, BHĐ).

Vương quốc của Đức Chúa Trời

Trong những ngày sau rốt, vương quốc của Đức Chúa Trời đang lan rộng khi Thánh Linh hành động qua sự công bố Phúc Âm. Các lời hứa về vương quốc đang được ứng nghiệm cách đặc biệt.

Dân sự của Chúa

Dân Y-sơ-ra-ên mới là hội thánh, tức tất cả những người tin Đấng Christ. Phi-e-rơ viết cho độc giả Cơ Đốc, bao gồm chủ yếu là Dân Ngoại, và dạn dĩ gọi họ bằng một số danh hiệu trước kia chỉ thuộc về người Y-sơ-ra-ên mà thôi: "anh em là dòng giống được lựa chọn, là chức thầy tế lễ nhà vua, là dân thánh, là dân thuộc về Đức Chúa Trời" (1 Phi-e-rơ 2:9). Trong các thư của mình, Phao-lô nhấn mạnh rằng Dân Ngoại không cần phải chịu cắt bì, hay tuân theo các đòi hỏi về lễ nghi của luật pháp Do Thái (chẳng hạn những quy định về chế biến thức ăn theo luật Do Thái) để trở thành thành viên chính thức trong gia đình Đức Chúa Trời. Chúng ta được xưng công bình chỉ bởi đức tin, không bởi bất kỳ điều gì chúng ta làm. Y-sơ-ra-ên thật, hay thuộc viên trong dân sự Đức Chúa Trời, không phải chỉ là con cháu thể chất của Áp-ra-ham và tuân thủ luật pháp Do Thái ngoài mặt, mà là tín hữu cải đạo trong Đấng Christ: "Vì người nào chỉ bề ngoài là người Giu-đa, thì không phải là người Giu-đa, còn phép cắt bì làm về xác thịt ở ngoài, thì không phải là phép cắt bì; nhưng bề trong là người Giu-đa mới là người Giu-đa, phép cắt bì bởi trong lòng, làm theo cách thiêng liêng, không theo chữ nghĩa, mới là phép cắt bì thật" (Rô-ma 2:28–29).

Chỗ của Đức Chúa Trời

Chúa Cứu Thế Giê-xu, đền thờ thật của Đức Chúa Trời, hiện đã về trời, nhưng Đức Chúa Trời tiếp tục sống trong thế giới sa ngã này. Đền thờ của Ngài bây giờ không phải một tòa nhà thánh, nhưng là một dân tộc thánh. Phao-lô nhắc chúng ta rằng Đức Thánh Linh sống trong mỗi chúng ta: "... thân thể mình là đền thờ của Đức Thánh Linh đang ngự trong anh em, là Đấng mà anh em đã nhận bởi Đức Chúa Trời". Áp dụng thật rõ ràng: "hãy lấy thân thể mình làm sáng danh Đức Chúa Trời" (1 Cô-rinh-tô 6:19–20). Đức Chúa Trời cũng sống trong chúng ta là một cộng đồng Cơ Đốc. Phao-lô mô tả hội thánh là tòa nhà "được dựng lên trên nền của các sứ đồ cùng các đấng tiên tri, chính Đức Chúa Jêsus Christ là đá góc nhà, cả cái nhà đã dựng lên trên đá đó, sắp đặt cách hẳn hoi, để làm nên một đền thờ thánh trong Chúa" (Ê-phê-sô 2:20–21; xem thêm 1 Phi-e-rơ 2:4–5).

Sự cai trị và phước hạnh của Đức Chúa Trời

Luật pháp của Đức Chúa Trời phản chiếu bản tính đời đời của Ngài và là "thánh, công bình và tốt lành" (Rô 7:12). Nhưng tội lỗi làm cho luật pháp trở thành người đốc công cay nghiệt giam giữ chúng ta. Chúng ta không đủ sức vâng theo và do đó, không đủ sức thoát khỏi sự định tội của luật pháp: "chẳng có một người nào bởi việc làm theo luật pháp mà sẽ được xưng công bình trước mặt Ngài, vì luật pháp cho người ta biết tội lỗi" (Rô-ma 3:20). Nhưng bây giờ, Đấng Christ đã giải phóng chúng ta khỏi ách nô lệ của tội lỗi, luật pháp và sự chết (án phạt cho việc vi phạm luật pháp) bằng cách chịu án phạt thế cho chúng ta. Do đó, chúng ta có thể tận hưởng phước hạnh của giao ước mới. Chúng ta có sự hiện diện của Thánh Linh bên trong để giúp chúng ta sống theo tiêu chuẩn của Đức Chúa Trời: "bây giờ chúng ta đã được thoát khỏi luật pháp, đã chết đối với điều đã giam cầm chúng ta, để chúng ta phục vụ theo cách mới của Thánh Linh, chứ không theo cách cũ của văn tự nữa" (Rô 7:6, BTTHĐ).

Trải nghiệm Cơ Đốc trong ngày sau rốt

Là Cơ Đốc nhân, chúng ta có quá nhiều điều phải cảm ơn Chúa. Ngài đã ban cho chúng ta món quà tuyệt vời của sự tha thứ mọi tội lỗi chúng ta, của việc nhận chúng ta vào gia đình của Ngài, của mối thông công với Đức Thánh Linh và của niềm hy vọng chắc chắn về thiên đàng. Chúng ta phải đầy sự vui mừng. Phi-e-rơ viết: "Ngài là Đấng anh em không thấy, mà yêu mến; dầu bây giờ anh em không thấy Ngài, nhưng tin Ngài, và vui mừng lắm một cách không xiết kể và vinh hiển: nhận được phần thưởng về đức tin anh em, là sự cứu rỗi linh hồn mình" (1 Phi-e-rơ 1:8–9). Nhưng không phải chỉ toàn niềm vui cho Cơ Đốc nhân trong ngày sau rốt. Chúng ta cũng sẽ phải "chịu đau buồn bởi muôn vàn thử thách" (1 Phi-e-rơ 1:6, BTTHĐ). Chúng ta chưa ở thiên đàng.

Trải nghiệm của người Cơ Đốc là trải nghiệm thất vọng lẫn vui sướng. Phao-lô viết: "chúng ta, là kẻ có trái đầu mùa của Đức Thánh Linh, cũng than thở trong lòng, đang khi trông đợi sự làm con nuôi, tức là sự cứu chuộc thân thể chúng ta vậy" (Rô-ma 8:23). Chúng ta đã nhận lãnh quá nhiều, "trái đầu mùa của Đức Thánh Linh". Chúng ta vẫn đang sống trong thế giới sa ngã, nhưng Đức Chúa Trời đã ban cho chúng ta Thánh Linh, Đấng thuộc về đời sau. Chúng ta nếm biết thiên đàng trên đất; chúng ta có thể biết chút ít về phước hạnh của thiên đàng rồi. Nhưng sự cứu rỗi của chúng ta chưa hoàn tất. Ví dụ, thân thể chúng ta vẫn chưa được cứu chuộc. Cơ Đốc nhân sẽ suy nhược và chết cùng với mọi người khác. Đức tin trong Đấng Christ của chúng ta không bảo đảm cho chúng ta miễn nhiễm khỏi những nếp nhăn, tóc bạc, gãy chân hay ung thư. Và thế giới chúng ta đang sống vẫn chưa được cứu chuộc. Chúng ta sẽ tiếp tục tranh chiến với tội lỗi và đương đầu với sự chống đối vì niềm tin. Đời sống Cơ Đốc là một công tác nặng nề; đó là một cuộc chiến và một cuộc đua (2 Ti-mô-thê 4:7). Đừng ngạc nhiên nếu bạn thấy sống cho Chúa là một cuộc tranh chiến; đó là nếp sống Cơ Đốc bình thường trong thế giới hiện tại. Sự hiện diện của Thánh Linh chắc chắn giúp ích cho chúng ta, nhưng cũng góp phần tạo cảm giác thất vọng.

> Chúng ta có trái đầu mùa của Thánh Linh: nếm biết phước hạnh của thiên đàng. Chúng ta biết chút ít thiên đàng thánh khiết như thế nào, và chúng ta ao ước biết thêm nữa.

Bạn có bao giờ ở trong nhà bếp khi ai đó đang nướng thức ăn thơm ngon chưa? Người nấu ăn cho bạn nếm một chút trước khi nghiêm khắc yêu cầu bạn không được rờ vào nữa cho đến khi thức ăn được đem lên bàn ăn sau đó. Bạn sẽ háo hức không thể chịu được. Sẽ dễ dàng hơn nếu bạn không được cho nếm thử. Nhưng vì bạn đã biết nó ngon như thế nào, nên bạn thấy thật khó chờ để được ăn thêm. Hai tiếng chờ đợi đến bữa ăn dường như vô tận.

Cũng tương tự như vậy đối với chúng ta trong nếp sống Cơ Đốc. Chúng ta có trái đầu mùa của Thánh Linh: nếm biết phước hạnh của thiên đàng. Chúng ta biết chút ít thiên đàng thánh khiết như thế nào,

Hình 38. Vương quốc được công bố

Vương quốc của Đức Chúa Trời	Dân sự của Chúa	Chỗ của Chúa	Sự cai trị và phước hạnh của Chúa
Kiểu mẫu của vương quốc	A-đam và Ê-va	Vườn Ê-đen	Lời Chúa; các mối liên hệ hoàn hảo
Vương quốc bị phá hủy	Không có ai	Bị đuổi	Bất tuân và rủa sả
Vương quốc được hứa	Con cháu Áp-ra-ham	Ca-na-an	Phước lành cho Y-sơ-ra-ên và các dân tộc
Vương quốc chưa trọn vẹn	Dân Y-sơ-ra-ên	Ca-na-an (và Giê-ru-sa-lem và đền thờ)	Luật pháp và nhà vua
Vương quốc được tiên tri	Dân Y-sơ-ra-ên sót lại; bao gồm mọi dân tộc	Đền thờ mới; sự sáng tạo mới	Giao ước mới; vua mới; phước hạnh mới
Vương quốc hiện tại	Chúa Giê-xu Christ: A-đam mới, Y-sơ-ra-ên mới	Chúa Giê-xu Christ: đền tạm mới; đền thờ mới	Chúa Giê-xu Christ: giao ước mới; sự yên nghỉ
Vương quốc được công bố	Y-sơ-ra-ên mới: tín hữu Do Thái và Ngoại Bang trong Đấng Christ	Từng cá nhân tín hữu; hội thánh	Giao ước mới; Đức Thánh Linh

và chúng ta ao ước biết thêm nữa. Chúng ta hiểu biết chút ít về Đức Chúa Trời qua Đấng Christ và được Ngài yêu có nghĩa là gì, chúng ta không thể chờ đợi để cảm biết thêm nữa. Đó là lý do chúng ta "than thở trong lòng". Nó diễn tả nỗi thất vọng đối với tội lỗi quá phổ biến trong đời sống chúng ta và trong thế giới, và cho thấy ao ước có thêm những điều kỳ diệu của đời sau. Cảm giác thất vọng đó sẽ theo chúng ta mãi trong đời này. Đó là hậu quả không thể tránh khỏi của việc chúng ta sống trong "giai đoạn nửa này nửa kia", trong thời kỳ chuyển giao. Chúng ta không trông mong cuộc sống dễ dàng. Chúng ta được kêu gọi để công bố Phúc âm cho một thế giới không muốn nghe Phúc Âm và không muốn sống đời sống Cơ Đốc giữa những người sống theo cách rất khác. Chúng ta là công dân trên trời, những người phải sống như "kẻ lạ" trên đất này trong hiện tại (Phi-líp 3:20; 1 Phi 1:11). Nhưng chúng ta sẽ không phải sống xa nhà mãi mãi. Một ngày kia Chúa Cứu Thế Giê-xu sẽ trở lại đem chúng ta lên với Ngài trong vương quốc hoàn hảo.

Hình 39. Câu chuyện cho đến lúc này: Lễ Ngũ Tuần

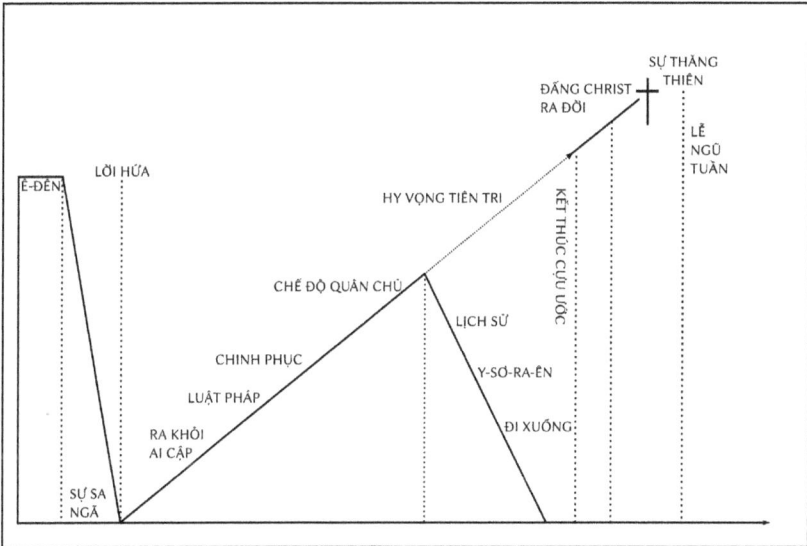

Học Kinh Thánh

2 Cô-rinh-tô 4 (Bản Hiệu Đính)

Phao-lô nói trong 2 Cô-rinh-tô 3 về mục vụ của giao ước mới mà Đức Chúa Trời giao cho Ngài. Đây là lời tuyên bố về Phúc Âm dẫn đến sự công bình và sự sống, đối nghịch với luật pháp đem đến sự kết tội và sự chết. Mọi Cơ Đốc nhân đều có đặc ân được tham gia vào mục vụ tuyệt vời này, là công tác truyền giảng Phúc Âm.

4:1–6

Chúng ta học được gì từ gương của Phao-lô trong công tác truyền giảng?

Điều gì khiến công tác trở nên khó khăn?

Chúng ta được sự khích lệ gì?

4:7–12

"Báu vật" là gì?

Chúng ta là "bình đất" theo ý nghĩa nào?

Câu 8–9 phản chiếu kinh nghiệm truyền giáo của bạn như thế nào?

Tại sao Đức Chúa Trời để cho chúng ta yếu đuối?

Chúng ta có được sự khích lệ gì trong sự yếu đuối của mình?

4:13–18

Hy vọng của chúng ta là gì?

Điều đó đem lại sự khác biệt gì cho chúng ta trong hiện tại?

Tóm tắt

Đức Chúa Trời thách thức bạn ra sao qua phân đoạn này?

Bạn có thể làm gì để thực hành sứ điệp này?

Chương 8

Vương quốc hoàn hảo

Chúng ta đã chờ đợi sự trở lại của Chúa Giê-xu 2000 năm qua, nhưng sự trì hoãn sẽ không kéo dài mãi. Thế giới này đang đi đến hồi kết. Đức Chúa Trời đã thực hiện những lời hứa của Ngài trong lần đến thứ nhất của Chúa Giê-xu thể nào, thì Ngài cũng sẽ làm ứng nghiệm lời hứa của Ngài về lần trở lại thứ nhì như vậy.

Sách Khải Huyền

Khải Huyền là sách cuối cùng của Kinh Thánh. Có lẽ sứ đồ Giăng đã viết sách này khi ông bị đày ra đảo Bát-mô. Chúng ta không biết thời gian ông viết, nhưng nội dung của sách hàm ý thời kỳ bắt bớ cực độ. Niên đại thích hợp nhất là trong quãng thời gian trị vì của Hoàng Đế Domitian (81–96 SC). Sách được viết theo lối văn chương được gọi là "khải thị", dùng biểu tượng để chuyển tải sứ điệp (các ví dụ khác trong Kinh Thánh được tìm thấy trong Đa-ni-ên 7–12 và Xa-cha-ri 1–6). "Khải thị" có nghĩa là "mặc khải" hay "vén màn". Đức Chúa Trời cho Giăng thấy một chuỗi các khải tượng trong đó Ngài kéo bức màn để tiết lộ điều đang diễn ra đằng sau sân khấu của lịch sử loài người. Những khải tượng này nhằm để giúp tín hữu thêm mạnh mẽ kiên trì, dù đang chịu khổ. Chúng ta được kêu gọi ngước mắt lên khỏi những tranh chiến của nếp sống cho Đấng Christ trong thế giới hiện tại, để nhìn vào vương quốc của Ngài, trong hiện tại lẫn tương lai.

Hình 40. Bố cục sách Khải Huyền

1:1–20	Giới thiệu
2:1–3:20	Các thư gửi cho bảy hội thánh
4:1–5:14	Khải tượng về thiên đàng
6:1–8:5	Bảy ấn số phận
8:6–11:19	Bảy kèn cảnh báo
12:1–15:4	Xung đột giữa hội thánh và quyền lực xấu xa
15:5–16:21	Bảy chén đoán phạt
17:1–20:15	Chiến thắng của Đức Chúa Trời và sự sụp đổ Ba-by-lôn
21:1–22:5	Trời mới và đất mới
22:6–21	Lời kết

Ngai trên trời

Sách bắt đầu với các lá thư từ Cứu Chúa Giê-xu gửi cho bảy hội thánh ở Tiểu Á, thúc giục họ giữ trung tín. Sau đó, Giăng được cho thấy một khải tượng: "tôi được Thánh Linh cảm hóa; kìa, có một chiếc ngai ở trên trời; trên ngai có một Đấng đang ngồi" (4:2). Khải tượng đó chắc hẳn là một niềm an ủi lớn cho những Cơ Đốc nhân đang chịu khổ của thế kỷ đầu tiên. Có rất ít dấu hiệu về vương quốc Đức Chúa Trời trên đất trong thời kỳ họ bị bắt bớ. Nhưng cho dù có cảm thấy thế nào, Đức Chúa Trời vẫn kiểm soát. Có một ngai trên trời và không phải là ngai trống.

Hãy tưởng tượng bạn đang đi bộ trên bờ biển, nhìn ra biển. Bạn thấy một cô gái đang bơi không xa bờ và rồi, thật kinh khủng, bạn nhìn thấy một con cá mập đang tiến gần đến cô gái. Bạn kêu cứu nhưng không ai nghe. Những người khác xung quanh bạn đều thấy điều đang xảy ra nhưng họ dường như hoàn toàn không quan tâm. Bạn chạy tới chạy lui cầu cứu, rồi bạn thấy một chiếc ghế to màu đen với dòng chữ hoa được viết lên lưng ghế: ĐẠO DIỄN. Một người đàn ông đang ngồi với điếu xì-gà to và giọng nói lớn, ra lệnh qua chiếc loa. Bạn thốt ra một tiếng thở dài: bạn gặp phải một đoàn làm phim. Mọi việc đang ở dưới quyền điều khiển của người đạo diễn.

Đó là hàm ý của khải tượng trong Khải Huyền đoạn 4. Cho dù bề ngoài có như thế nào, Đức Chúa Trời vẫn tể trị. Ngài là vị đạo diễn lớn của vũ trụ, đang ngồi trên ngai. Và chúng ta sẽ mau chóng khám phá rằng Cứu Chúa Giê-xu cũng có ở đó. Giăng viết: "Tôi thấy Chiên Con như đã bị giết đang đứng giữa ngai" (5:6, BTTHĐ). Chúa Giê-xu là vua thiên thượng của vũ trụ. Ngài đã chịu khổ và đã chiến thắng; sự chết của Ngài bảo đảm rằng tất cả những ai chịu khổ vì Ngài trên đất cũng sẽ chiến thắng. Có thể chúng ta không hiểu điều Ngài đang làm trong thế giới này, nhưng chúng ta có thể tuyệt đối chắc chắn rằng Ngài đang chịu trách nhiệm. Đức Chúa Trời là vua. Các trưởng lão trong khải tượng của Giăng đáp ứng lẽ thật đó với một cách thức thích hợp duy nhất: họ đặt mão miện của mình trước ngai và thờ phượng:

> "Chúc cho Đấng ngồi trên ngôi cùng Chiên Con
> được ngợi khen, tôn quí, vinh hiển và quyền phép
>   cho đến đời đời!"
>   (5:13)

Nếu khôn ngoan, chúng ta sẽ theo gương của họ và thờ phượng Chúa trên đất này. Sẽ có lúc điều này gây bất tiện và đau đớn cho chúng ta, nhưng rất xứng đáng. Cho dù bên ngoài thế nào, thì chỉ một mình Đức Chúa Trời điều khiển. Ngài là vua, cho dù nhiều người chưa thừa nhận vương quốc của Ngài.

Giải thích Khải Huyền

Một chuỗi những sự đoán phạt thiên thượng chiếm lĩnh vài chương tiếp theo của sách: bảy ấn, bảy kèn, và bảy bát. Trong những sự đoán phạt đó có một số nhân vật nổi tiếng của sách như là bốn kỵ sĩ của Khải Huyền và con thú. Nhiều năm qua, nhiều người cố gắng giải thích chúng tượng trưng cho ai, hay điều gì. Một số người lập luận rằng tất cả các biểu tượng chỉ ám chỉ con người hay thể chế vào thời Giăng viết sách (quan điểm "ứng nghiệm"). Một số khác cho rằng Khải Huyền trình bày bản ký thuật theo trình tự thời gian về các thời đại khác nhau suốt lịch sử từ thế kỷ thứ nhất đến lần trở lại thứ hai (quan điểm "theo lịch sử"). Một số khác nữa nghĩ rằng từ đoạn 4 trở đi, Khải Huyền chỉ mô tả những sự kiện vào lúc tận cùng của thế giới, trong khoảng thời gian ngắn ngủi chuẩn bị cho sự trở lại của Đấng Christ (quan điểm "theo thuyết vị lai")

Mỗi một quan điểm đều có vấn đề. Tốt hơn là nên xem sách mô tả điều sẽ xảy đến trong toàn cảnh của "những ngày sau rốt" giữa Chúa thăng thiên và Chúa trở lại lần thứ nhì. Khải Huyền không được viết để cho chúng ta biểu đồ thời gian. Chúng ta có trong sách nhiều chuỗi sự kiện được sắp xếp song song nhau. Các ấn, các kèn và các bát không nối tiếp nhau, mà tất cả mô tả cùng một giai đoạn. Vì vậy, ví dụ bốn kỵ sĩ đã hoạt động, sẽ hoạt động trong suốt thời kỳ sau rốt. Chúng tượng trưng sự xâm lược của chủ nghĩa đế quốc, đổ máu, bất ổn kinh tế và sự chết, là những điều sẽ đánh dấu từng thời đại cho đến khi Đấng Christ trở lại. Cơ Đốc nhân sẽ phải nắm chặt khải tượng về ngai trên trời nếu họ muốn kiên trì chịu đựng qua những gian khổ như vậy. Và chúng ta cần nhắc nhau rằng chúng sẽ không tiếp tục hoài. Vài chương cuối của sách dẫn chúng ta đến thời kỳ cuối cùng khi Chúa Giê-xu sẽ tiêu diệt điều ác và thiết lập sự sáng tạo mới hoàn hảo.

Tống khứ cái cũ

Có một chương trình nổi tiếng trên truyền hình trong đó một đội đến một ngôi nhà để thay đổi dáng vẻ bên ngoài của ngôi nhà. Chúng ta xem căn phòng được biến đổi ngay trước mắt mình. Phần đầu của tiến trình luôn luôn mang tính phá hủy. Giấy dán tường màu nâu và vàng rất hợp thời được dán lên cách đây ba mươi năm, nhưng giờ thì không thể ở lại được. Sàn nhà bằng nhựa vinyl màu xanh đọt chuối phải bị lôi lên và bỏ vào thùng, cùng với phiến gỗ ép sờn cũ được gắn vào tường để che lò sưởi đẹp để thời nữ hoàng Victoria. Tất cả đều phải ra đi. Các nguyên liệu mới chỉ có thể được đưa vào khi rác rến đã lấy đi. "Tống khứ cái cũ" và chỉ khi đó thì mới "đem cái mới vào". Nếu điều đó đúng với một căn phòng, thì nó cũng đúng với cả thế giới. Đức Chúa Trời không thể bắt đầu sự sáng tạo mới mà Ngài đã hứa, cho đến chừng nào tất cả những gì làm hư hoại cái cũ đã được loại bỏ.

Trải qua nhiều thời đại, nhiều người ao ước một thế giới mới lộng lẫy. Những người theo chủ nghĩa Mác-xít cho rằng mọi thứ sẽ tốt đẹp, chỉ cần họ xóa bỏ chủ nghĩa tư bản và lòng tham. Những người theo chủ nghĩa nhân văn thế tục nghĩ rằng điều cốt lõi là loại bỏ nghèo đói và ngu dốt. Các nhà cách mạng đặt hy vọng vào sự sụp đổ của chính quyền. Nhưng tất cả đều thất bại trong việc tạo thay đổi lâu dài; xã hội không tưởng vẫn là điều khó tìm được. Lý do là vì họ không giải quyết tận gốc rễ của vấn đề. Cuối cùng, không phải chủ nghĩa tư bản, sự ngu dốt hay chính quyền độc ác làm hư hoại cuộc sống trên đất này; mà đúng hơn, đó là quyền lực của điều ác, bắt nguồn từ chính Sa-tan. Khải Huyền 17–20 dùng ngôn ngữ hình ảnh để mô tả cách Đức Chúa Trời sẽ tiêu diệt quyền lực này vào kỳ cuối cùng và vì vậy, Ngài có thể tạo dựng một thế giới mới, hoàn toàn không có điều ác.

Ba-by-lôn sụp đổ

Khải Huyền 17 giới thiệu cho chúng ta một người đàn bà được xem là "BA-BY-LÔN LỚN/ MẸ KẺ TÀ DÂM/ SỰ ĐÁNG GỚM GHÊ TRONG THẾ GIAN" (câu 5). Ba-by-lôn đã được khắc họa với ý nghĩa đặc biệt trong Kinh Thánh. Đó là vị trí của tháp Ba-bên, biểu tượng của sự ngạo mạn và lòng kiêu hãnh của con người (Sáng 11). Và đó là thủ phủ của đế quốc hùng mạnh đã chiếm lấy vương quốc Giu-đa, phá hủy đền thờ tại Giê-ru-sa-lem và đem dân Giu-đa đi lưu đày. Với lịch sử như vậy, việc Giăng đặt tên Ba-by-lôn cho người đàn bà này là hoàn toàn tự nhiên. Bà đại diện cho xã hội phi Cơ Đốc được thiết lập không liên quan gì đến Đức Chúa Trời: "thế gian". Bà được gọi là "kẻ tà dâm" vì "các vua trên đất đã phạm tội tà dâm với nó, và cư dân trên đất cũng say vì rượu gian dâm của nó" (câu 2). Tội tà dâm theo nghĩa thuộc linh hơn là nhục dục: bà dụ dỗ nhiều người sống cho mình, thay vì cho một Đức Chúa Trời chân thật. Nhưng Cơ Đốc nhân phải kháng cự những lời tán tỉnh của bà. Giống như dân Giu-đa vào thế kỷ thứ 6 TC, chúng ta đang bị lưu đày. Chúng ta thuộc về thiên đàng, nhưng chúng ta phải sống trong một xứ lạ: Ba-by-lôn, thế gian. Nó thường là thù địch với chúng ta, sẽ cám dỗ chúng ta thỏa hiệp và sống chung với tinh thần đang thịnh hành. Nhưng chúng ta phải chống cự cám dỗ lên giường với kẻ tà dâm, vì bà sắp bị hủy diệt.

Sự sụp đổ của Ba-by-lôn được mô tả trong Khải Huyền 18. Một thiên sứ kêu lớn tiếng: "Ba-by-lôn lớn đã sụp đổ rồi! Đã sụp đổ rồi!" (câu 2). Rồi một thiên sứ khác quăng một hòn đá lớn xuống biển và nói rằng:

"Ba-by-lôn là thành lớn cũng sẽ bị quăng
mạnh xuống như vậy,
    và không ai tìm thấy nó nữa".
    (câu 21)

Đó là sự đoán xét cuối cùng và toàn diện. Thành phố lộng lẫy của xã hội loài người, được thiết lập trong sự ngoan cố độc lập khỏi Đức Chúa Trời, sẽ đổ sụp trong giây lát. Tất cả những người đầu tư mọi thứ vào đó sẽ khóc lóc và than thở:

"Khốn thay! Khốn thay! Ba-by-lôn là thành lớn,
    là thành cường thạnh kia!
    Trong một giờ mà sự phán xét ngươi đã đến rồi!"
    (câu 10)

"Con thú" (đại diện các thế lực phản Cơ Đốc của thế gian), "tiên tri giả" (hệ tư tưởng phản Cơ Đốc của thế gian) và Sa-tan đều bị đoán xét cùng với Ba-by-lôn. Họ bị quăng vào hồ lửa đang cháy, nơi họ không thể gây hại gì thêm nữa (20:10). Và con người phải đứng trước mặt Đức Chúa Trời trong sự đoán xét. Tất cả những người không có tên trong sách sự sống phải bị quăng vào hồ lửa, tượng trưng cho sự chết đời đời, xa cách Đức Chúa Trời (20:15). Tất cả những ai không thừa nhận quyền cai trị của Đấng Christ phải bị loại trừ; Đức Chúa Trời kiên quyết không để cho điều gì phá hủy vương quốc hoàn hảo của Ngài. Đoán xét là điều kinh khủng, nhưng cũng là tin tốt lành. Sự công bằng được thực thi và cái xấu bị tiêu diệt. Công tác cứu rỗi cuối cùng của Đức Chúa Trời bây giờ có thể được hoàn tất.

Đem cái mới vào

Chúng ta đã thấy cách Đức Chúa Trời sẽ tiêu diệt Ba-by-lôn vào thời kỳ cuối cùng. Sự đoán xét có một mục đích ngầm. Một khi Đức Chúa Trời đã ném thế giới hiện tại không cần đến nữa, thì Ngài có thể tạo dựng một thế giới mới Ngài đã hứa qua các tiên tri. Hai đoạn cuối của Khải Huyền dùng nhiều hình ảnh khác nhau từ Cựu Ước để mô tả

Hình 41. Thiên hy niên

Nhiều sách được viết về vấn đề thiên hy niên, và nhiều hội thánh chia rẽ vì vấn đề này. Cuộc tranh luận liên quan tới thứ tự thời gian của các sự kiện được mô tả trong Khải Huyền 20:1–10. Giăng thấy một thiên sứ nắm lấy Sa-tan và trói nó lại trong một ngàn năm. Giai đoạn này không được hiểu theo nghĩa đen; nó tượng trưng một khoảng thời gian dài. Cũng trong giai đoạn một ngàn năm này, các Cơ Đốc nhân đã qua đời được sống lại và cai trị với Đấng Christ. Sau đó, đến cuối thiên hy niên, Sa-tan được thả ra và tập hợp các thế lực của thế gian cho cuộc chiến lớn cuối cùng chống lại Đức Chúa Trời, sau đó nó sẽ hoàn toàn bị tiêu diệt.

Khi nào là giai đoạn một ngàn năm? Có nhiều ý kiến khác nhau.

Hậu thiên hy niên

Thiên hy niên là thời điểm ngay trước lần trở lại thứ nhì: Ngài sẽ trở lại sau đó ("hậu"). "Thời kỳ một ngàn năm" sẽ là giai đoạn bình an và công chính, trong đó ngày càng có nhiều người trở thành Cơ Đốc nhân và thế giới sẽ trở nên tin kính hơn.

Tiền thiên hy niên

Đấng Christ sẽ trở lại trước ("tiền") thiên hy niên. Ngài sẽ kêu những Cơ Đốc nhân đã qua đời sống lại và họ sẽ đồng trị với Ngài trên đất. Sa-tan sẽ không có quyền lực gì cho đến cuối thời kỳ này, khi nó sẽ nhóm họp tất cả những người vẫn chống đối sự cai trị của Đấng Christ. Họ sẽ bị tiêu diệt trong trận chiến cuối cùng, và kỳ chung kết sẽ đến.

Vô thiên hy niên

Thiên hy niên tượng trưng toàn bộ những ngày sau rốt; chúng ta đang ở trong thiên hy niên. Đây là quan điểm của tôi.[1] Sa-tan đã bị đánh bại và bị trói bởi sự chết và sống lại của Đấng Christ. Nó vẫn còn sống, nhưng không thể làm gì để ngăn trở mục đích của Đức Chúa Trời. Các Cơ Đốc nhân đã chết nay đang cai trị với Đấng Christ trên thiên đàng.

---

1. Khải Huyền 20:2–3 nói đến việc Sa-tan bị trói và quăng vào địa ngục khởi đầu giai đoạn một ngàn năm. Đây là lý do hợp lý để tin rằng những sự kiện này đã xảy ra

thế giới mới đó. Đó là công cuộc sáng tạo mới, Giê-ru-sa-lem mới và đền thờ mới.

Công cuộc sáng tạo mới

> Đoạn, tôi thấy trời mới và đất mới; vì trời thứ nhất và đất thứ nhất đã biến đi mất, và biển cũng không còn nữa.

> (21:1)

Đức Chúa Trời đang thiết lập một công cuộc sáng tạo hoàn toàn mới: đất mới và vũ trụ mới ("trời" ở đây chỉ bầu trời). Ngài tạo dựng mọi vật và Ngài quan tâm đến tất cả những gì Ngài đã dựng nên. Sự sa ngã đã ảnh hưởng đến toàn thể trật tự được tạo dựng và sự cứu rỗi, nếu phải được hoàn tất, thì cũng phải tác động đến toàn bộ trật tự sáng tạo. Đức Chúa Trời nhất định làm mới không chỉ linh hồn mà cả thân thể chúng ta và môi trường chúng ta sống. Chúng ta sẽ là những con người vật lý trong một nơi chốn vật lý (xem 1 Cô 15:35−49). Điều đó giải thích lý do Phao-lô nói đến toàn bộ trật tự được tạo dựng đang "ước ao nóng nảy" mà mong đợi ngày tận thế. Rồi cuối cùng, muôn vật sẽ được "giải cứu khỏi làm tôi sự hư nát" (Rô 8:19−21). Chu kỳ nản lòng của đời sống theo sau bởi sự chết, được xây dựng trên thế giới hiện tại, sẽ bị phá vỡ. Sẽ không còn sự chết hay hư nát trong sự tạo dựng mới, không có động đất và núi lửa. Thật vậy, sẽ không có một điều nào trong những điều hiện đang hủy phá cuộc sống trên đất: "sẽ không còn chết chóc, buồn thảm, khóc lóc hay đau đớn nữa vì những việc cũ đã qua rồi" (Khải 21:4, BPT).

Kinh Thánh mở đầu với hình ảnh của một thế giới như ý định của Đấng Sáng Tạo yêu thương. Loài người, A-đam và Ê-va, ở trong một nơi vật lý là vườn Ê-đen, tận hưởng sự hòa hợp trọn vẹn với phần còn

---

trong quá khứ. Khải 12:10 nói rõ rằng Sa-tan đã bị quăng xuống từ trời. Nó đã bị đánh bại bởi sự chết và sự sống lại của Đấng Christ, và bị trói kể từ đó. Nó bất lực trong việc ngăn chặn Chúa kêu gọi kẻ được lựa chọn vào vương quốc của Ngài, nhưng nó vẫn không thừa nhận thất bại mà vẫn tiếp tục tấn công dân sự Đức Chúa Trời. Khải 11:7 mô tả nó từ địa ngục đi lên để tấn công hội thánh đang làm chứng cho Chúa. Nó không thể đi lên từ hố không đáy đó nếu chưa bị quăng xuống đó. Tôi tin rằng điều đó đã xảy ra khi Đấng Christ chết và sống lại. Đó là lúc thiên hy niên bắt đầu và sẽ kéo dài cho đến ngay trước khi Đấng Christ trở lại.

lại của trật tự sáng tạo. Sự hòa hợp đó bị phá hủy bởi sự sa ngã, nhưng Đức Chúa Trời sẽ khôi phục lại. Ê-sai nói tiên tri rằng một ngày kia trẻ sơ sinh sẽ chơi vui vẻ kế bên ổ rắn hổ mang và thò tay vào hang rắn lục; sói và sư tử sẽ ăn chung (11:8; 65:25). Những lời hứa tuyệt vời này sẽ được ứng nghiệm. Ê-đen sẽ được phục hồi. Khải Huyền 22 vẽ bức tranh của sự sáng tạo mới, chủ tâm sử dụng một số nét đặc trưng từ Sáng 2. Như trong vườn Ê-đen, sẽ có một con sông chảy qua vườn và cây sự sống bên cạnh (câu 1–3).

Mới đây, có một bà lão đi cà nhắc vào hội thánh và nói với tôi: "Ông không thể nghĩ ra được nơi tôi có thể tìm thấy đôi chân mới của tôi đúng không?"

Tôi trả lời: "Không phải trong thế giới này; mà bà sẽ có nó trong đời sau. Bà có ngại chờ đến lúc đó không?"

Bà trả lời: "Ồ, không, chờ đợi cũng đáng công lắm".

Bà nói đúng. Công cuộc sáng tạo mới chưa có, nhưng chắc chắn đáng cho chúng ta chờ đợi.

Giê-ru-sa-lem mới

"Tôi cũng thấy thành thánh, là Giê-ru-sa-lem mới, từ trên trời, ở nơi Đức Chúa Trời mà xuống"

(21:2)

Đây không phải là khải tượng mới; nó giải thích khải tượng của sự sáng tạo mới mà Giăng đã thấy: sự tạo dựng mới là một thành phố. Tháp Ba-bên (Ba-by-lôn) là biểu tượng của những cố gắng của loài người nhằm tạo dựng một thế giới hoàn hảo bằng chính nỗ lực của chúng ta. Nó bắt đầu trên đất và cố vươn lên đến tận trời, nhưng nó đành thất bại. Ngược lại, thành phố của Đức Chúa Trời, Giê-ru-sa-lem mới có một nhãn hiệu dán trên đó "Xuất xứ: thiên đàng". Nó đến từ Đức Chúa Trời. Chỉ mình Ngài là Đấng Tạo Dựng thành phố đó.

> Cộng đồng mới của Đức Chúa Trời sẽ là một xã hội đa văn hóa, đa chủng tộc, kết hợp da trắng và da màu, nam và nữ, người Serbi và người Croatia, Ả-rập và Do Thái.

Có lẽ chúng ta ngạc nhiên khi thấy thiên đàng được mô tả như một thành phố. Nhiều người hình dung sự hoàn hảo như một nơi điền viên thôn dã ở miền quê, cách xa người khác nhiều dặm đường. Nhưng mục tiêu lớn của Đức Chúa Trời cho chúng ta là chúng ta sẽ không còn bị cô lập lẫn nhau, mà sẽ là một cộng đồng trọn vẹn, hiệp một trong Đấng Christ. Tín hữu từ mọi thời đại và quốc gia sẽ ở đó: số lượng là 144.000. Con số này tượng trưng cho toàn thể dân sự Đức Chúa Trời, sẽ không thiếu một ai. Giăng cho chúng ta biết họ là "một đám đông vô số không ai đếm được". Điều đó khuyên chúng ta không nên hiểu con số 144.000 theo nghĩa đen; ngay cả một đứa trẻ cũng đếm được tới con số này, nếu đủ kiên nhẫn. Có đại diện "từ mọi nước, mọi chi phái, mọi dân tộc, mọi tiếng" (7:4–9). Đức Chúa Trời đoán xét nhân loại sau vụ tháp Ba-bên và phân tán chúng ta vào các nước và ngôn ngữ khác nhau, nhưng một ngày kia sự rủa sả đó sẽ bị xóa. Cộng đồng mới của Đức Chúa Trời sẽ là một xã hội đa văn hóa, đa chủng tộc, kết hợp da trắng và da màu, nam và nữ, người Serbi và người Croatia, Ả-rập và Do Thái. Hội thánh trên đất phải đang phản chiếu khải tượng vinh quang này.

Đền thờ mới

> Tôi nghe một tiếng lớn từ nơi ngai mà đến, nói rằng: Này, đền tạm của Đức Chúa Trời ở giữa loài người! Ngài sẽ ở với chúng, và chúng sẽ làm dân Ngài; chính Đức Chúa Trời sẽ ở với chúng.

> (21:3)

Trong quá khứ, Đức Chúa Trời đã ở với con dân Ngài trong đền thờ tại Giê-ru-sa-lem. Sau khi đền thờ bị người Ba-by-lôn phá hủy, Đức Chúa Trời nói tiên tri qua Ê-xê-chi-ên rằng Ngài sẽ xây một đền thờ mới. Lời hứa đó đã được thực hiện qua cuộc đời, sự chết và sự sống lại của Chúa Giê-xu. Là những tín hữu Cơ Đốc, chúng ta biết Ngài hiện diện với chúng ta qua Thánh Linh; hội thánh là đền thờ của Đức Chúa Trời trên đất. Nhưng mặc dù chúng ta biết Chúa qua Thánh Linh, sự hiểu biết đó cũng giới hạn trong trải nghiệm của chúng ta, nên chúng ta ao ước biết Ngài nhiều hơn. Một ngày kia chúng ta sẽ được biết.

Thật ấn tượng khi thành phố Giăng thấy là một hình khối hoàn hảo, giống y Nơi Chí Thánh trong đền thờ, nơi tập trung sự hiện diện của Đức Chúa Trời. Nơi Chí Thánh là một khu vực nhỏ, và chỉ một người có thể vào mỗi năm một lần, đó là thầy tế lễ thượng phẩm. Nhưng bây giờ cả thành phố là Nơi Chí Thánh. Đó là một hình khối 12.000 thước (21:16). Tức là 1.500 dặm vuông, rộng bằng thế giới trong thời của Giăng. Ý nghĩa thật rõ: sẽ không có nơi đặc biệt trong sự sáng tạo mới, nơi sự hiện diện của Chúa sẽ được tập trung và chúng ta không phải đi đến nơi thánh nào khác để gặp Ngài. Cả nơi đó là đền thờ. Đó là lý do chúng ta thấy: "Ở đó, tôi không thấy đền thờ nào; vì Chúa là Đức Chúa Trời toàn năng và Chiên Con đều là đền thờ của thành" (21:22). Sẽ không còn khoảng cách giữa Đức Chúa Trời và chúng ta nữa; chúng ta sẽ biết Ngài cách trọn vẹn.

Vương quốc của Đức Chúa Trời

Những lời hứa về vương quốc sẽ được ứng nghiệm đầy đủ vào kỳ cuối cùng. Dân sự của Đức Chúa Trời sẽ bao gồm tất cả những người tin Đấng Christ từ mọi dân tộc. Họ sẽ được nhóm họp lại trong chỗ của Đức Chúa Trời, sự sáng tạo mới và Giê-ru-sa-lem mới, tức đền thờ mới. Và tất cả sẽ thuận phục sự cai trị của Đức Chúa Trời, do vậy, họ biết được phước hạnh trọn vẹn của Ngài. Ngai của Đức Chúa Trời và của Chiên Con ở ngay chính giữa mọi thứ, và từ đó có một con sông chảy ra, mang đến sự sống và sự thịnh vượng cho mọi người (22:1–2).

Nhưng tất cả vẫn chưa đến. Tân Ước kết thúc nơi Cựu Ước chấm dứt: hướng về phía trước; chờ đợi sự ứng nghiệm cuối cùng các lời hứa của Đức Chúa Trời. Chúa Giê-xu cam đoan với dân sự Ngài: "Phải, Ta đến mau chóng". Và nếu chúng ta biết điều kỳ diệu đang để dành cho chúng ta, chúng ta sẽ trả lời: "A-men, lạy Đức Chúa Giê-xu, xin hãy đến" (22:20).

Hình 42. Vương quốc hoàn hảo

Vương quốc của Đức Chúa Trời	Dân sự của Chúa	Chỗ của Chúa	Sự cai trị và phước hạnh của Chúa
Kiểu mẫu của vương quốc	A-đam và Ê-va	Vườn Ê-đen	Lời Chúa; các mối liên hệ hoàn hảo
Vương quốc bị phá hủy	Không có ai	Bị đuổi	Bất tuân và rủa sả
Vương quốc được hứa	Con cháu Áp-ra-ham	Ca-na-an	Phước lành cho Y-sơ-ra-ên và các dân tộc
Vương quốc chưa trọn vẹn	Dân Y-sơ-ra-ên	Ca-na-an (và Giê-ru-sa-lem và đền thờ)	Luật pháp và nhà vua
Vương quốc được tiên tri	Dân Y-sơ-ra-ên sót lại; bao gồm mọi dân tộc	Đền thờ mới; sự sáng tạo mới	Giao ước mới; vua mới; phước hạnh mới
Vương quốc hiện tại	Chúa Giê-xu Christ: A-đam mới, Y-sơ-ra-ên mới	Chúa Giê-xu Christ: đền tạm mới; đền thờ mới	Chúa Giê-xu Christ: giao ước mới; sự yên nghỉ
Vương quốc được công bố	Y-sơ-ra-ên mới: tín hữu Do Thái và Ngoại Bang trong Đấng Christ	Từng cá nhân tín hữu; hội thánh	Giao ước mới; Đức Thánh Linh
Vương quốc hoàn hảo	Gia đình đa quốc gia của Đức Chúa Trời	Sự sáng tạo mới, Giê-ru-sa-le mới, đền thờ mới	Ngai của Đức Chúa Trời và Chiên Con; phước hạnh trọn vẹn

Hình 43. Câu chuyện đến thời điểm này: sự sáng tạo mới

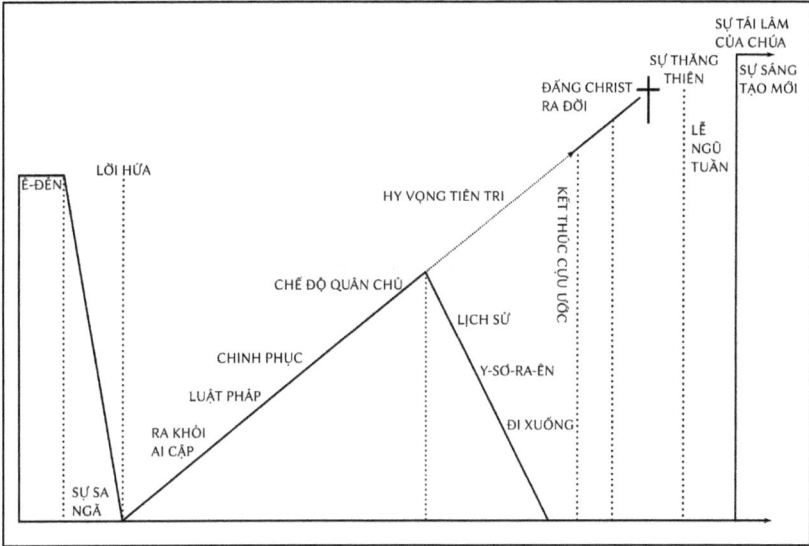

Học Kinh Thánh 📖

Khải Huyền 21:1–8; 21:22–22:5

21:1–8

Những hình ảnh nào được sử dụng để miêu tả vương quốc hoàn hảo?

Những hình ảnh đó dựa vào các phân đoạn trước đó trong Kinh Thánh như thế nào?

Những nét đặc biệt của cuộc sống trong sự sáng tạo mới là gì?

Ai sẽ tận hưởng những phước hạnh của sự sáng tạo mới?

• "Khát" nghĩa là gì?

• "Thắng" nghĩa là gì?

21:22–22:5

Vương quốc hoàn hảo được mô tả như thế nào?

Sự mô tả dựa trên các phân đoạn khác của Kinh Thánh như thế nào?

Nó phản chiếu vườn Ê-đen như thế nào?

Ai sẽ tận hưởng sự sáng tạo mới này?

Những lẽ thật về tương lai này có hàm ý gì đối với cuộc sống hiện tại của chúng ta?

Lời Kết

Khi Chúa Giê-xu đi với các môn đồ trên con đường Em-ma-út, Ngài "giải thích cho họ những lời chỉ về Ngài trong cả Kinh Thánh". (Lu-ca 24:27 BHĐ). Tôi cố gắng tưởng tượng điều Ngài có thể nói với họ trong buổi học Kinh Thánh đó. Mục tiêu của tôi trong quyển sách này là cho thấy cả Kinh Thánh chỉ về Cứu Chúa Giê-xu như thế nào. Và tôi cầu xin Chúa giúp chúng ta trải nghiệm ba điều:

• *Biết Đấng Christ trong cả Kinh Thánh.* Tôi hy vọng các phần Kinh Thánh trước kia khó hiểu đối với bạn, thì bây giờ mở ra và bạn có thể bắt đầu nhìn thấy chúng góp phần vào chủ đề chung của Chúa Giê-xu Christ và kế hoạch thành lập vương quốc Đức Chúa Trời qua Ngài như thế nào.

• *Dạy về Đấng Christ từ cả Kinh Thánh.* Có lẽ bạn có đặc ân dạy người khác trong nhóm học Kinh Thánh, Trường Chúa Nhật hoặc hội thánh. Vì bạn đã nhìn thấy bức tranh lớn của Kinh Thánh, nên bạn phải được trang bị để chỉ người ta đến với Đấng Christ từ bất kỳ phần nào của Kinh Thánh, chứ không chỉ từ một vài đoạn Kinh Thánh bạn thích.

• *Yêu mến Đấng Christ xuyên suốt Kinh Thánh.* Thật là kinh khủng nếu kiến thức sâu hơn về Kinh Thánh chỉ tác động đến tâm trí chứ không phải tấm lòng chúng ta. Kinh Thánh là một quyển sách về mối liên hệ Đức Thánh Linh dùng để giúp chúng ta lớn lên trong sự hiểu biết và lòng yêu mến Đức Chúa Trời qua Chúa Giê-xu Christ.

Hai phương diện

Hãy cố gắng nhớ hai phương diện khi bạn đọc bất kỳ phân đoạn nào trong Kinh Thánh: lịch sử và mối liên hệ. (Xem hình 44 và 45) Hãy tự hỏi: "Chúng ta đang ở đâu trong mạch chuyện Kinh Thánh? Chúng ta đã đi tới đâu và đang đi đâu? Chúng ta đang ở chương nào: chưa trọn vẹn, được tiên tri, hiện tại hay công bố?" Nếu bạn đang đọc một đoạn trong Cựu Ước, bạn cần xem xét: "Điều này được ứng nghiệm trong Đấng Christ như thế nào?" Ví dụ, chúng ta không thể học về vua Đa-vít trong 2 Sa-mu-ên mà không xem xét vương quyền của ông chỉ về vị vua hoàn hảo là Chúa Giê-xu như thế nào. Và nếu bạn đang ở Tân Ước, bạn có thể hỏi "Điều này ứng nghiệm những gì đã xảy ra trước đó như thế nào?"

Hình 44. Phương diện lịch sử: lời hứa và hoàn thành lời hứa

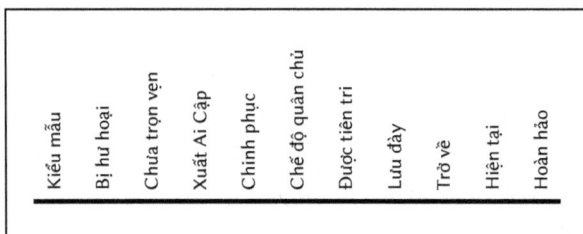

Quyển sách này được viết nhằm giúp bạn trả lời những câu hỏi này. Tôi hy vọng nó sẽ giúp bạn cảm thấy giờ thì bạn đã có tấm bản đồ, bản đồ đó cho bạn một bức tranh lớn trong đầu. Kết quả sẽ là cho dù bạn đáp xuống chỗ nào trong Kinh Thánh, bạn cũng có thể tìm được chỗ của mình và biết bạn đang ở đâu trong toàn bộ câu chuyện về kế hoạch cứu rỗi thế giới của Đức Chúa Trời qua Đấng Christ được tiết lộ.

Nhưng phương diện lịch sử không phải phương diện duy nhất chúng ta cần xem xét khi đọc Kinh Thánh.

Mong muốn xem trọng các yếu tố niên đại, theo chiều ngang trong Kinh Thánh, chúng ta cũng không được quên yếu tố thẳng đứng (xem hình 45). Ví dụ, sứ điệp của phân đoạn Kinh Thánh Cựu Ước không chỉ chứa đựng sự ứng nghiệm trong Đấng Christ. Nó cũng có điều gì đó riêng biệt để nói về Đức Chúa Trời và mối liên hệ của chúng ta với Ngài. Đức Chúa Trời là anh hùng của Kinh Thánh từ đầu đến cuối, và Ngài không hề thay đổi. Vì vậy, chúng ta phải luôn luôn hỏi: "Phân đoạn này nói gì với tôi về Ngài?" Ngài là một Đức Chúa Trời trong cả Cựu Ước và Tân Ước: thánh khiết, công bình, yêu thương và tể trị. Ví dụ, việc

Hình 45. Phương diện về mối liên hệ: Đức Chúa Trời và con người

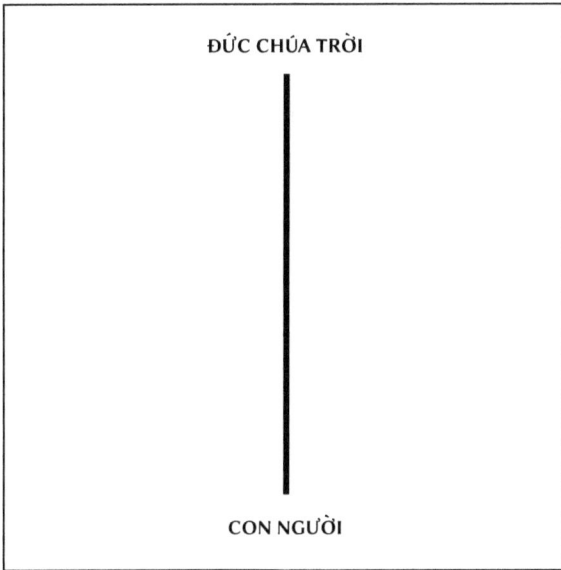

ĐỨC CHÚA TRỜI

CON NGƯỜI

Ngài giải cứu Y-sơ-ra-ên ra khỏi Ai Cập không chỉ làm hình bóng về sự cứu chuộc Đấng Christ đã hoàn tất; mà tự thân nó còn nói về ân điển và quyền năng của Đức Chúa Trời. Nó sẽ nói với chúng ta điều gì đó về Đức Chúa Trời, và có thể cũng có nhiều điều để nói về mối liên hệ giữa chúng ta với Ngài. Vì vậy, vai trò của Áp-ra-ham trong Kinh Thánh không chỉ là nhận lãnh lời hứa mà Đấng Christ đã thực hiện; ông còn cho Cơ Đốc nhân tấm gương đức tin (Rô-ma 4). Đa-vít không chỉ là gương mẫu về Đấng Christ, con cháu Đa-vít; ông còn là một mẫu mực cho chúng ta trong mối liên hệ với Đức Chúa Trời. Các Thi Thiên mời gọi chúng ta mong chờ Đấng Christ, nhưng cũng đòi hỏi chúng ta nhìn lên Đức Chúa Trời và xem xét mối liên hệ của chúng ta với Ngài. Trải nghiệm về một Đức Chúa Trời hằng sống của Đa-vít thách thức chúng ta tra xét chính mình. Chúng ta có yêu Chúa và thờ phượng Ngài như Đa-vít đã làm không?

Đó là một thách thức thích hợp trước khi kết thúc quyển sách này. Sẽ là một thất bại nếu quyển sách này chỉ giúp tác giả và độc giả tăng trưởng trong sự hiểu biết của lý trí. Chúng ta hãy bảo đảm rằng mình không phạm phải lỗi lầm của người Pha-ri-si, chăm chỉ học Kinh Thánh, nhưng từ chối đến với Chúa Giê-xu để được sự sống (Giăng 5:39–40). Khi học về Đấng Christ từ Kinh Thánh, chúng ta hãy quyết định yêu mến, tôn kính, thờ phượng và vâng lời Ngài.

Hình 46. Bức tranh lớn của Đức Chúa Trời

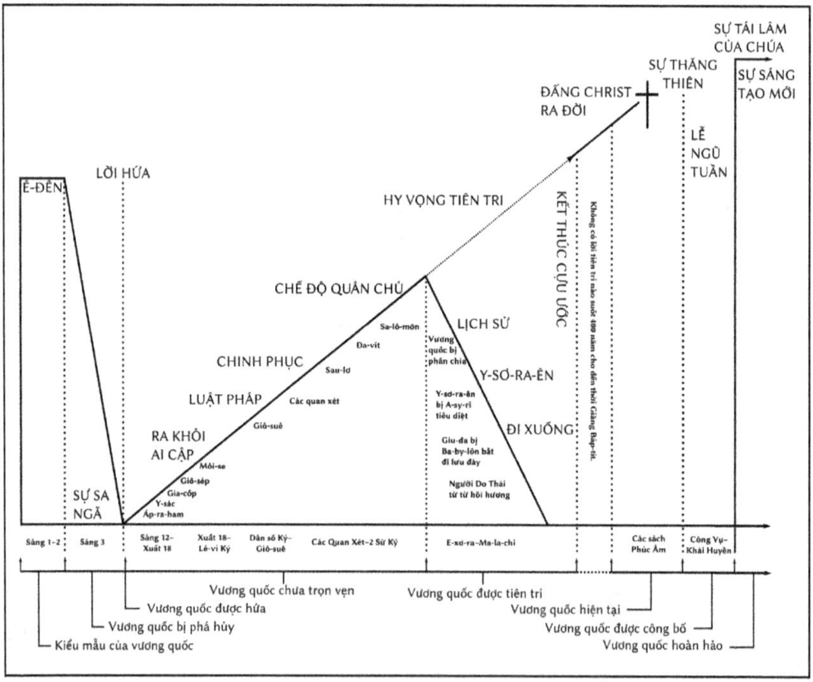

Hình 47. Trình tự thời gian trong lịch sử Kinh Thánh (không theo tỷ lệ)

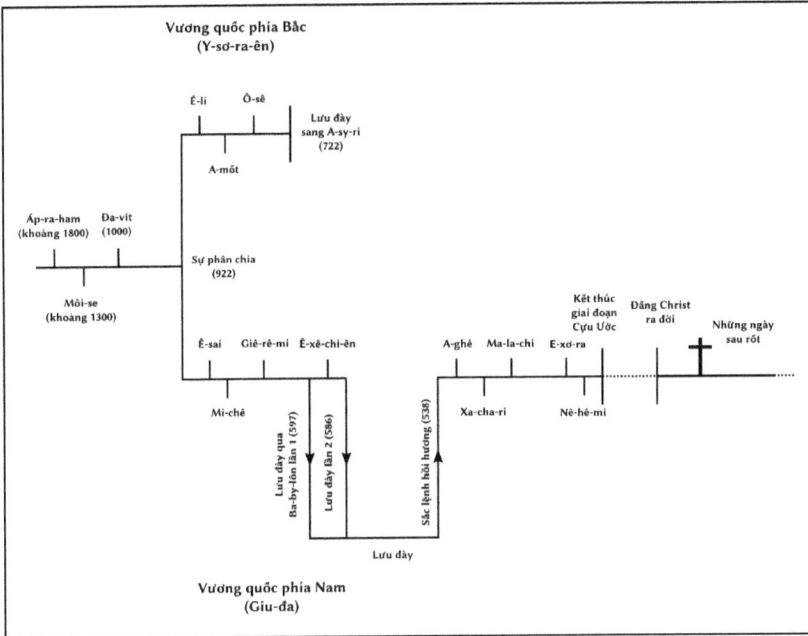

Vương quốc phía Bắc
(Y-sơ-ra-ên)

Ê-li   Ô-sê   Lưu đày sang A-sy-ri (722)

A-mốt

Áp-ra-ham (khoảng 1800)   Đa-vít (1000)

Môi-se (khoảng 1300)   Sự phân chia (922)

Kết thúc giai đoạn Cựu Ước   Đấng Christ ra đời   Những ngày sau rốt

Ê-sai   Giê-rê-mi   Ê-xê-chi-ên   A-ghê   Ma-la-chi   E-xơ-ra

Mi-chê   Lưu đày qua Ba-by-lôn lần 1 (597)   Lưu đày lần 2 (586)   Sắc lệnh hồi hương (538)   Xa-cha-ri   Nê-hê-mi

Lưu đày

Vương quốc phía Nam
(Giu-đa)

www.ingramcontent.com/pod-product-compliance
Lightning Source LLC
Chambersburg PA
CBHW072010040426
42447CB00009B/1563